พบแล้ว:

พระประสงค์ของพระเจ้า

พบแล้ว:
พระประสงค์ของพระเจ้า
FOUND: GOD'S WILL

ค้นพบทิศทางและจุดมุ่งหมาย
ที่พระเจ้าต้องการ
สำหรับชีวิตของคุณ

จอห์น แมคอาร์เธอร์
JOHN MACARTHUR

เกรซ บรรณสาร

THE MASTER'S ACADEMY INTERNATIONAL

พบแล้ว: พระประสงค์ของพระเจ้า
Found: God's Will

เกรซบรรณสาร
Grace Bannasan
บ้านเลขที่ 10 หมู่ 1
ต.ตลาดใหญ่ อ.ดอยสะเก็ด
จ.เชียงใหม่ 50220
โทรศัพท์ 098-757-3257
gracebannasan@gmail.com
hisbygrace@me.com
www.gracebannasan.com

พิมพ์ในประเทศไทย
Printed in Thailand.

พระคัมภีร์ทั้งหมดคัดลอกมาจากพระคัมภีร์ไทยฉบับมาตรฐาน **THSV11** เว้นแต่ระบุเป็นฉบับอื่น
Unless otherwise indicated, all scriptures taken from the THSV11

จัดพิมพ์โดย เกรซบรรณสาร/Grace Bannasaan
โครงการภายใต้มูลนิธิมหกิจพระคุณของแบ๊บติสต์ในประเทศไทย

เผยแพร่ครั้งแรกเป็นภาษาอังกฤษภายใต้ชื่อ Found: God's Will หนังสือเล่มนี้ได้รับการตีพิมพ์ครั้งแรกในสหรัฐอเมริกาโดย David C. Cook, 4050 Lee Vance Drive, Colorado Springs, CO 80918 USA

ผู้แปล: พรเทพ คัดสุระ (Translator: Pornthep Katsura)
ตรวจสอบโดย: ชนะศักดิ์ แซ่จึ๊ะ (Editor: Chanasak Saeja)

ข้อมูลทางบรรณานุกรมของหอสมุดแห่งชาติ
National Library of Thailand Cataloging in Publication Data

แมคอาร์เธอร์ จอห์น.

พบแล้ว: พระประสงค์ของพระเจ้า.-- เชียงใหม่: มูลนิธิมหกิจพระคุณของแบ๊บติสต์ใน. ประเทศไทย, 2567.

82 หน้า.
1. พระเจ้า -- แง่ศาสนา -- คริสต์ศาสนา. I. พรเทพ คัดสุระ, ผู้แปล. II. ชื่อเรื่อง.

TMAI Edition ISBN: 979-8-9857166-8-9

เกรซ บรรณสาร
10 ม.1 ต.ตลาดใหญ่ อ.ดอยสะเก็ด จ.เชียงใหม่ 50220
10 Moo 1, TaladYai, Doi Saket, Chiang Mai 50220
โทร 098-757-3257 gracebannasan@gmail.com
www.GraceBannasan.com

THE MASTER'S ACADEMY INTERNATIONAL

สารบัญ

บทที่ 1

พระเจ้าเป็นผู้ทำลายความสุขประจำจักรวาลหรือเปล่า?

เมื่อผมเดินทางไปตามที่ต่าง ๆ คำถามข้อหนึ่งที่มีคนถามผมบ่อยที่สุดก็คือ "คริสเตียนจะรู้จักพระประสงค์ของพระเจ้าสำหรับชีวิตของตนได้อย่างไร?" พวกเราส่วนใหญ่ยอมรับว่าพระเจ้าทรงมีแผนการสำหรับชีวิตผู้เชื่อทุกคน แต่บ่อยครั้งเราก็มีปัญหาในการหาคำตอบว่า แผนการนั้นจะไปทางไหนเมื่อต้องเจอทางแยก มีหนังสือ แผ่นพับ และคำเทศนามากมายพูดถึงปัญหานี้ แต่บางครั้งแม้กระทั่งผู้ที่แสวงหาอย่างพากเพียรที่สุดก็ยังหาคำตอบไม่เจอ สิ่งที่ผมอธิษฐานก็คือ ขอให้หนังสือเล่มเล็ก ๆ นี้

ช่วยเติมช่องว่างเหล่านั้นบางส่วนในลักษณะที่น่าตื่นเต้นและนำไปปฏิบัติได้จริง

บางคนอาจมองหาแนวทางที่ชัดเจนในเรื่องนี้ แต่กลับลงเอยด้วยการมีความคิดหลายแนวทาง บางคนดูเหมือนจะคิดว่าพระประสงค์ของพระเจ้านั้นหายไป คืออย่างน้อยพวกเขาก็บอกว่าเขากำลังค้นหามันอยู่ พวกเขาคิดว่าพระเจ้าคงจะเหมือนกระต่ายอีสเตอร์จากเบื้องบน ซึ่งเอาพระประสงค์ของพระองค์ไปซุกซ่อนเหมือนไข่อีสเตอร์ คือซ่อนให้พ้นสายตา แล้วก็ให้เราวิ่งไปในชีวิต พยายามหามันให้เจอ แล้วพระองค์ก็อยู่เบื้องบนคอยบอกใบ้ว่า "เจ้าเข้าใกล้ขึ้นแล้ว"

ส่วนคนอื่นๆ ก็ให้คำแนะนำว่าเราจะพบพระประสงค์ของพระเจ้าผ่านประสบการณ์น่าตื่นเต้น เหมือนคุณวิ่งไปตามถนน เหยียบเปลือกกล้วย ลื่นล้มลงไปบนแผนที่ประเทศอินเดีย แล้วคุณก็บอกพระเจ้าทันทีว่า "ขอบพระคุณที่พระองค์ทรงนำอย่างชัดเจน ข้าพระองค์เข้าใจแล้ว อินเดียนั่นเอง" หรือทุกครั้งจะมีเสียงจากฟ้าสวรรค์ หรือมีนิมิตในฝันเรียกคุณให้ไปประเทศชิลี

แล้วก็มีบางคนที่กลัวพระประสงค์ของพระเจ้าจริงๆ ผมไม่มีทางลืมนักกีฬาที่มาหาผมในค่ายฮูมเลค และ

บอกว่า “ผมไม่แน่ใจว่าผมอยากจะมอบชีวิตให้พระเยซูคริสต์มั้ย เพราะผมกลัวสิ่งที่พระองค์จะนำให้ผมทำ” เขามีความคิดว่าพระเจ้าต้องการเอาตัวนักกีฬาบึกบึนไปหักขาทั้งสองข้าง แล้วก็บังคับให้เขาเป่าขลุ่ย นี่เป็นการบอกอ้อม ๆ ว่าพระเจ้าเป็นเหมือน “ผู้ทำลายความสุขประจำจักรวาล” เหยียบย่ำความสนุกของทุกคน และทำให้ฝนตกลงมาใส่ขบวนแห่รื่นเริง คนที่มีมุมมองแบบนี้จะกลัวพระประสงค์ของพระเจ้าจริง ๆ เพราะเขามองว่ามันเป็นวิถีชีวิตที่เข้มงวด ซึ่งจะเรียกร้องให้พวกเขาเสียสละความสามารถหรือทรัพย์สมบัติที่พวกเขาหวงแหนที่สุด

แล้วก็มีความคิดแบบเกมคว้าห่วงทองเหลือง คุณรู้จักม้าหมุนสมัยก่อนไหม? แบบที่มีห่วงทองเหลืองกับห่วงเหล็กให้คนเล่น เวลามันหมุนไป คนที่ขี่ม้าก็จะเอื้อมไปคว้าห่วงที่หย่อนลงมาจากรางปล่อยห่วงด้านนอก ถ้าคุณสามารถคว้าห่วงทองเหลืองที่มีอยู่วงเดียว ในบรรดาห่วงเหล็กมากมาย คุณก็จะได้รางวัล คริสเตียนบางคนมองพระประสงค์ของพระเจ้าแบบนั้น คือคิดว่าถ้าคุณได้ห่วงทองเหลืองก็ดีนะ แต่ถ้าไม่ได้ คุณก็พอใจกับห่วงเหล็กละกัน พูดอีกอย่างก็คือ ไม่ต้องจริงจังที่จะเอาชนะหรอก แค่อยู่ร่วมการแข่งขันก็พอ

ผมเคยอ่านจากแหล่งข้อมูลบางแหล่งว่า พระประสงค์ของพระเจ้านั้นไม่มีอะไรมากไปกว่า "สถานการณ์และแรงกระตุ้นต่าง ๆ ที่บังเอิญมารวมกัน"

แล้วก็ยังมีทฤษฎีอื่น ๆ อีกมากมาย

ท่ามกลางความสับสนนี้เรายังคงถามว่า"พระประสงค์ของพระเจ้าคืออะไร? มีหลักการที่เป็นรูปธรรมไหมที่สามารถพูดแบบง่าย ๆ และปฏิบัติได้จริง?" ผมเชื่อว่ามีแน่นอน! และนั่นคือประเด็นที่หนังสือเล่มนี้ทั้งเล่มต้องการจะบอก คุณสามารถรู้ได้ไหมว่าคุณควรจะหางานอะไร จะเข้าเรียนที่ไหน จะรักหญิงสาวหรือชายหนุ่มคนไหน จะตัดสินใจอย่างไรในสถานการณ์หนึ่ง ๆ?

คุณสามารถรู้ได้ คุณไม่ต้องกังวลอีกต่อไป การต่อสู้ใกล้จะจบแล้ว การค้นหาใกล้จะสำเร็จแล้ว

ให้เราเริ่มต้นด้วยสมมุติฐานง่าย ๆ ว่า เนื่องจากพระเจ้ามีพระประสงค์สำหรับเรา พระองค์ย่อมต้องการให้เรารู้พระประสงค์นั้น ถ้าเป็นอย่างนั้น เราก็สามารถคาดหวังว่าพระองค์จะสื่อสารกับเราด้วยวิธีการที่ชัดเจนที่สุด แล้วมันคือวิธีการไหนล่ะ? คำตอบก็คือโดยทางพระคัมภีร์ ซึ่งเป็นการเปิดเผยของพระองค์ ดังนั้นผมเชื่อว่าสิ่งที่ใครก็ตามจำเป็นต้องรู้เกี่ยวกับพระประสงค์ของพระเจ้านั้น ได้รับการเปิดเผยอย่างชัดเจนแล้วในหน้า

กระดาษที่มีพระวจนะของพระองค์ ที่จริงแล้วพระประสงค์ของพระเจ้านั้นปรากฏชัดเจนมากในพระคัมภีร์

เมื่อเราดูหลักการบางข้อจากพระคัมภีร์ในหน้าต่อ ๆ ไป ขอให้คุณเตรียมใจที่จะเจอบทสรุปที่ไม่คาดคิดและน่าประหลาดใจ ซึ่งสามารถเปลี่ยนชีวิตของคุณ

บทที่ 2

ขั้นตอนแรกที่สำคัญอย่างยิ่ง

พระประสงค์ของพระเจ้าไม่ใช่ปัญหาสำหรับผมอีกต่อไป และมันไม่จำเป็นต้องเป็นปัญหาสำหรับคุณด้วย ให้เรามาเริ่มจากจุดเริ่มต้น และดูว่าพระเจ้ามีอะไรจะเปิดเผยแก่เราผ่านทางพระวจนะของพระองค์

อัครทูตเปโตรเน้นแนวคิดเรื่องพระประสงค์ของพระเจ้าสำหรับเราใน 2 เปโตร 3:9 ตลอดจดหมายฝากฉบับที่สองของเปโตร เขาเตือนให้ระวังผู้เผยพระวจนะเท็จ ซึ่งเขาเรียกว่า “บ่อที่ไร้น้ำ” และ “สุนัขกลับไปหาสิ่งที่มันสำรอกออกมา” เปโตรกล่าวถึงลักษณะเด่นของ

"บ่อ" เหล่านี้ (ซึ่งดูเหมือนจะเป็นแหล่งน้ำที่ให้ชีวิต แต่กลับไม่มีน้ำให้) หรือ "สุนัข" เหล่านี้ (ซึ่งกลับไปเลียกินสิ่งที่มันสำรอกออกมา คือบาปที่พวกเขาเคยทิ้งไปแล้ว) ลักษณะเด่นของพวกเขาคือการปฏิเสธสองสิ่ง อันดับแรก ผู้ละทิ้งความเชื่อหรือผู้สอนเท็จจะปฏิเสธความเป็นพระเจ้าของพระเยซูคริสต์ คือปฏิเสธ "องค์เจ้านายผู้ได้ทรงไถ่พวกเขาไว้" (2 เปโตร 2:1) สิ่งที่สองที่ผู้ละทิ้งความเชื่อปฏิเสธก็คือการเสด็จมาครั้งที่สองของพระคริสต์ (3:1–10) เขาพูดเยาะเย้ยว่า "ไหนล่ะพระสัญญาว่าพระองค์จะเสด็จมา? พวกคุณนี่มีแต่พวกคลั่งศาสนา วิ่งพล่านเที่ยวบอกคนอื่นว่าพระเยซูกำลังจะมา พระองค์อยู่ไหนล่ะ? ฉันไม่เห็นพระองค์เลย" เขาอ้างเหตุผลแบบนี้ "เพราะว่าตั้งแต่บรรพบุรุษล่วงหลับไปแล้ว ทุกสิ่งก็เป็นอยู่เหมือนเดิมตั้งแต่ทรงสร้างโลก" เขาบอกว่า "จะไม่มีสิ่งใดเปลี่ยนแปลง เพราะมันไม่เคยเปลี่ยนแปลง ฉันจะไม่มีวันตาย เพราะฉันไม่เคยตาย ฉันไม่มีทางเป็นมะเร็ง เพราะฉันไม่เคยเป็นมาก่อน"

เปโตรจะตอบว่า "คุณลืมเรื่องน้ำท่วมโลก ทุกสิ่งไม่ได้เหมือนเดิมอย่างที่เคยเป็นมา" และมันจะไม่คงอยู่เหมือนเดิมอย่างที่มันเคยเป็น พระเจ้าจะเข้ามาแทรกแซงในการพิพากษาครั้งยิ่งใหญ่ด้วยไฟ (2 เปโตร 3:10) "องค์พระผู้

เป็นเจ้าไม่ได้ทรงเฉื่อยช้าในเรื่องพระสัญญาของพระองค์" (ข้อ 9) พูดอีกอย่างก็คือ เพียงแค่เราไม่เห็นพระเจ้าบุกมาพิพากษาโลก ก็ไม่ได้หมายความว่าพระองค์ไม่สามารถทำอย่างนั้นได้ มันไม่ได้หมายความว่าพระองค์ทรงสัญญาไว้แล้วจะไม่ทำตามพระสัญญา ที่พระองค์ชะลอเวลาไว้นั้นไม่ได้หมายความว่าพระองค์ไม่มีความสามารถหรือไม่สัตย์ซื่อ แต่หมายความว่าพระองค์ทรงอดกลั้นพระทัยไว้นาน "พระองค์ไม่ทรงประสงค์ให้ใครพินาศเลย แต่ประสงค์ให้ทุกคนกลับใจใหม่" (ข้อ 9)

นี่คือเรื่องแรกเกี่ยวกับพระประสงค์ของพระเจ้า คือพระองค์ต้องการให้ผู้คนได้รับความรอด ต้องการมากจนพระองค์ยับยั้งการพิพากษาของพระองค์ไว้ เปาโลกล่าวว่า "การกระทำเช่นนี้เป็นการดี และเป็นที่ชอบพระทัยของพระเจ้าพระผู้ช่วยให้รอดของเรา พระองค์ทรงประสงค์ให้ทุกคนได้รับความรอดและรู้ความจริง" (1 ทิโมธี 2:3–4) พระประสงค์ของพระเจ้าก็คือให้ผู้คนได้รับความรอด ถ้าคุณยังล้มลุกคลุกคลานในชีวิต และอธิษฐานต่อพระเจ้าเป็นบางครั้งบางคราวเหมือนลองเสี่ยงทาย แต่ไม่เคยมาคุกเข่าลงที่โคนไม้กางเขนและพบพระเยซูคริสต์ คุณก็ยังไม่ได้อยู่ที่จุดเริ่มต้นแห่งพระประสงค์ของพระเจ้าด้วยซ้ำ พระเจ้าไม่มีเหตุผลที่จะเปิดเผยอะไรเฉพาะเจาะจงเกี่ยวกับ

ชีวิตคุณ เพราะคุณยังไม่ผ่านคุณสมบัติหมายเลขหนึ่งคือความรอด

พระเจ้าทรงนำคนของพระองค์

เจ้าของภัตตาคารและไนท์คลับผู้มีชื่อเสียงคนหนึ่งในนิวยอร์คเคยกล่าวคำพูดนี้ในการให้สัมภาษณ์กับนักข่าว "ผมคงไม่ได้มาอยู่จุดนี้ ถ้าไม่มีผู้ยิ่งใหญ่ที่อยู่ข้างบน"

แน่นอน คำพูดดังกล่าวเป็นความจริงเมื่อคุณพิจารณาสิ่งที่อัครทูตเปาโลเจตนาจะบอก เมื่อเขาบอกชาวเอเธนส์ที่นับถือพระอื่นว่า "เรามีชีวิต และไหวตัว และเป็นอยู่ในพระองค์" (กิจการ 17:28) พระคริสต์ทรงเป็นผู้ค้ำจุนทั้งจักรวาล และไม่มีใครมาอยู่ในจุดที่เขาอยู่ในปัจจุบันได้ถ้าปราศจากพระองค์

แต่ในเรื่องที่พระเจ้าจะนำทางผู้ที่ยังไม่ยอมรับพระเยซูคริสต์เป็นพระผู้ช่วยให้รอดของตนนั้น ไม่มีพระคัมภีร์แม้แต่บรรทัดเดียวที่บ่งบอกว่าสิ่งนี้จะเกิดขึ้นเป็นปกติ

ตรงกันข้าม เราอ่านเจอในพระคัมภีร์ว่า "เมื่อ [พระคริสต์] ต้อนแกะของท่านออกไปหมดแล้วก็เดินนำหน้า และแกะก็ตามไปเพราะรู้จักเสียงของท่าน" (ยอห์น 10:4)

ถ้าปราศจากพระคริสต์ มนุษย์ก็เป็นคนแปลกหน้าต่อ

พระเจ้า พวกเขาเป็นพวกกบฏต่อพระเจ้า เป็นคนต่างด้าวในจักรวาลของพระเจ้า

พระคัมภีร์กล่าวว่าพระประสงค์ของพระเจ้าคือให้ผู้คนได้รับความรอด และนั่นคือจุดเริ่มต้นของเรื่องทั้งหมด พระเยซูกล่าวเรื่องนี้ไว้อย่างชัดเจนในมาระโก 3:31–35 ขณะนั้นพระองค์กำลังสอนอยู่ในอาคารหลังหนึ่ง แล้วมารดากับน้อง ๆ ของพระองค์ก็มาที่นั่น มีฝูงชนนั่งอยู่ในอาคารหลังนั้น และที่นั่นคนแน่นจนครอบครัวของพระองค์เข้าไปหาพระองค์ไม่ได้ มีคนบอกพระองค์ว่า "มารดาและพวกน้องชายของท่านมาหาท่านอยู่ข้างนอก"

พระองค์ตอบว่า "ใครเป็นมารดาของเรา และใครเป็นพี่น้องของเรา?"

ผมแน่ใจว่าฝูงชนที่นั่นจะมีปฏิกิริยาทำนองนี้ "นั่นคำถามอะไรน่ะ? ทุกคนต้องรู้จักแม่กับพี่น้องของตัวเองอยู่แล้วสิ"

ถ้าพวกเขายังไม่ตกใจเมื่อได้ยินปฏิกิริยาแรกของพระเยซู พวกเขาก็คงตกใจเพราะคำกล่าวที่พระองค์ตรัสต่อจากนั้น พระองค์มองดูคนที่นั่งอยู่รอบ ๆ พระองค์ และตรัสว่า "คนเหล่านี้เป็นมารดาและพี่น้องของเรา"

พวกเขาแต่ละคนอาจมองหน้ากันและคิดว่า *ใครนะ ฉันเหรอ?*

แล้วพระองค์ก็บอกคุณสมบัติว่า “คนใดที่ทำตามพระทัยของพระเจ้า คนนั้นแหละเป็นพี่น้องชายหญิงและมารดาของเรา”

พระเยซูกำลังบอกอะไร? พระองค์กำลังสอนว่าถ้าใครจะมีความสัมพันธ์กับพระองค์ คนนั้นต้องทำตามพระประสงค์ของพระเจ้า และในทางกลับกัน ถ้าใครจะทำตามพระประสงค์ของพระเจ้า คนนั้นก็ต้องมีความสัมพันธ์กับพระเยซู

อัครทูตยอห์นกล่าวว่า “อย่ารักโลกหรือสิ่งของในโลก... โลกกับสิ่งยั่วยวนของโลกกำลังผ่านพ้นไป แต่คนที่ประพฤติตามพระทัยของพระเจ้าจะดำรงอยู่เป็นนิตย์” (1 ยอห์น 2:15–17) ใครจะมีชีวิตอยู่ตลอดไป? คำตอบคือผู้ที่ทำตามพระประสงค์ของพระเจ้า แต่ใครคือผู้เดียวที่สามารถประทานชีวิตนิรันดร์? คำตอบคือพระเยซูคริสต์ ดังนั้นขั้นแรกสุดในการเดินไปบนเส้นทางแห่งพระประสงค์ของพระเจ้าก็คือ คุณต้องได้รับความรอด

ถ้าคุณไม่เคยมอบถวายชีวิตแด่พระเยซูคริสต์ คุณก็ไม่สามารถคาดหวังสิ่งใดจากพระเจ้าได้เลยแม้แต่สิ่งเดียว พระองค์ไม่ได้ติดหนี้อะไรคุณ พระองค์ไม่ได้เกี่ยวข้องอะไรกับคุณเลยแม้แต่นิดเดียว

ผู้คนส่วนมากปฏิเสธเรื่องนี้ หลักคำสอนเรื่องความรอดนั้นไม่เป็นที่นิยม เพราะมันรวมถึงการยอมรับความบาป ไม่มีใครชอบที่จะยอมรับความบาป และหลายคนต่อต้านความคิดที่ว่าพวกเขาจำเป็นต้องได้รับการช่วยให้รอด

การเผชิญหน้าที่มหาวิทยาลัยยูซีแอลเอ

ผมไม่มีวันลืมการไปร่วมงานระดมคนประกาศแบบสายฟ้าแลบกับองค์การแคมพัสครูเสดฟอร์ไครส์ที่มหาวิทยาลัยยูซีแอลเอ เด็กประมาณสองพันคนออกไปประกาศข่าวประเสริฐแบบตัวต่อตัว เวลานั้นมหาวิทยาลัยยูซีแอลเอเป็นที่มั่นของศาสนายิว ทั้งสายออร์ธอด็อกซ์สายอนุรักษ์นิยม และสายปฏิรูป นอกจากนั้นยังเป็นที่รู้กันว่าที่นี่มีกลุ่มคอมมิวนิสต์หลายกลุ่มด้วย ดังนั้นยูซีแอลเอจึงไม่ใช่สถานที่ซึ่งจะเปิดรับข่าวประเสริฐมากที่สุด แต่เราก็ออกไปประกาศพระคริสต์ที่นั่น ไม่ช้าก็มีบทความหน้าแรกในหนังสือพิมพ์*เดลี บรูอิน* (หนังสือพิมพ์นักศึกษาของยูซีแอลเอ) พร้อมกับการ์ตูนรูปหมีบรูอิน (หมีมาสคอตของยูซีแอลเอ) นอนอยู่บนพื้นโดยมีคริสเตียนเอาส้นเท้าเหยียบคอของหมีบรูอิน และ

ในหนังสือพิมพ์ฉบับนั้นยังมีบทความซึ่งเขียนโดยคณบดีเตือนว่าการพูดคุยเรื่องพระเยซูคริสต์ภายในมหาวิทยาลัยจะต้องยุติโดยทันที มิฉะนั้นฝ่ายบริหารจะดำเนิน "มาตรการโดยตรง" คณบดีอ้างธรรมนูญของมหาวิทยาลัยมาตราหนึ่ง ซึ่งกล่าวว่า "มหาวิทยาลัยจะต้องไม่ถูกใช้เพื่อนำคนเปลี่ยนศาสนา"

การพูดถึงความบาปและความรอดเป็นเรื่องที่ทำให้บางคนไม่พอใจ ใครล่ะจะอยากได้ยินเรื่องความบาป? คนส่วนใหญ่ใส่หน้ากากให้มัน บาปไม่ใช่บาป โอ้ไม่หรอก นักจิตวิทยาบอกเราว่า บาปคือ "แนวโน้มความชอบตั้งแต่ก่อนคลอด" บาปคือ "ลักษณะเฉพาะของความเป็นปัจเจกบุคคล" บาปคือ "การหลั่งฮอร์โมนต่อมไร้ท่อบกพร่อง"

แต่พระประสงค์ของพระเจ้าคือให้ผู้คนได้รับความรอด และเรื่องพื้นฐานที่จะนำไปสู่ความรอดก็คือการยอมรับความผิดบาป นี่จึงทำให้มันเป็นเรื่องที่คุณต้องรับผิดชอบโดยตรง มีความเป็นไปได้สองทางก็คือ คุณยังไม่ได้รับความรอดจากบาปของคุณ และคุณจำเป็นต้องมาหาพระคริสต์เพราะนั่นเป็นพระประสงค์ของพระเจ้า หรือไม่คุณก็ได้รับความรอดแล้ว และจำเป็นต้องนำ

ข่าวสารเรื่องความรอดไปบอกคนอื่น มีคนอีกทั้งโลกที่จำเป็นต้องพบพระเยซูคริสต์ พระเจ้าต้องการให้พวกเขาได้รับความรอด และคุณกับผมก็เป็นพาหนะสำหรับการขนส่งข่าวประเสริฐ นั่นคือพระประสงค์ของพระเจ้า

คุณบอกว่าคุณไม่รู้ว่าพระประสงค์ของพระเจ้าคืออะไร แต่ผมจะบอกคุณว่าพระประสงค์นั้นคืออะไร เหนือสิ่งอื่นใดพระประสงค์ของพระองค์คือให้คุณรู้จักพระคริสต์ จากนั้นก็ให้เพื่อนบ้านคุณได้ยินเรื่องพระคริสต์ นั่นคือพระประสงค์ของพระองค์ บ่อยครั้งเหลือเกินที่เรามัวแต่นั่งกระดิกนิ้ว ฝันเรื่องพระประสงค์ของพระเจ้าในอนาคตไกล ๆ ในขณะที่เราไม่เต็มใจแม้แต่จะลุกขึ้นยืนด้วยสองขาของเรา เดินไปตามถนน และทำตามพระประสงค์ของพระเจ้าในเวลานี้

พระเจ้าปรารถนาเหลือเกินที่ผู้คนจะได้รับความรอด จนพระองค์ถึงกับประทานผู้ที่พระองค์รักที่สุด คือพระบุตรของพระองค์ และส่งพระองค์มาเพื่อสิ้นพระชนม์บนไม้กางเขน พระองค์รักถึงขนาดนั้น และนั่นชี้ให้เห็นว่าพระองค์มีพระประสงค์มากแค่ไหนที่จะให้ผู้คนได้รับความรอด

บทที่ 3

หลักการเม็ดฝุ่

ในฐานะผู้เชื่อ หรือคนในครอบครัวของพระเจ้า ถ้าเราไม่รู้จักพระประสงค์ของพระเจ้า เราจะเป็นคนแบบไหน? คนที่ไม่รู้ข้อมูลหรือเปล่า? ไม่ใช่ คนที่กำลังค้นหาอยู่หรือเปล่า? ไม่ใช่ เรากำลังเป็น*คนโง่*

คุณอาจจะบอกผมว่า "พูดแรงไปหน่อยนะ พระคัมภีร์ไม่ได้พูดแบบนั้นสักหน่อย"

งั้นเหรอ? ลองอ่านนี่ดูสิ "อย่าเป็นคนโง่เขลา แต่จงเข้าใจว่าอะไรคือพระประสงค์ขององค์พระผู้เป็นเจ้า" (อฟ. 5:17)

ยิ่งกว่านั้น ข้อพระคัมภีร์ก่อนหน้านั้นยังบอกเราว่า เราจำเป็นต้องเดินหน้าในเรื่องนี้ เพราะเรามีเวลาไม่เยอะ เราจะต้อง "ใช้โอกาส [ของเรา] ให้เป็นประโยชน์ เพราะว่าทุกวันนี้เป็นยุคสมัยที่ชั่วร้าย" (ข้อ 16)

คุณอาจบอกว่า "แต่ฉันกำลังมองหาพระประสงค์ของพระเจ้าอยู่นะ บางทีฉันอาจจะเป็นคนโง่ แต่ฉันจะทำอะไรกับเรื่องนั้นได้ล่ะ?"

ได้สิ คุณทำได้ ไม่อย่างนั้นพระคัมภีร์ก็คงไม่สั่งคุณว่า "อย่าเป็นคนโง่เขลา" วิธีหลีกเลี่ยงการเป็นคนโง่เขลานั้นอยู่ในพระคัมภีร์ข้อถัดไป "อย่าเมาเหล้าองุ่นซึ่งจะทำให้เสียคน แต่จงเต็มเปี่ยมด้วยพระวิญญาณ" (ข้อ 18)

ประการแรก ถ้าคุณต้องการรู้พระประสงค์ของพระเจ้า คุณต้องได้รับความรอด ประการที่สอง คุณต้องเต็มเปี่ยมด้วยพระวิญญาณ นั่นคือคำสอนในพระวจนะของพระเจ้า

คริสเตียนหลายคนบอกว่า "ฉันไม่เข้าใจว่าทำไมพระเจ้ายังไม่เปิดเผยว่าฉันควรแต่งงานกับใคร" คนอื่น ๆ อาจบอกว่า "ทำไมพระองค์ไม่สำแดงแก่ฉันว่าฉันควรทำงานอะไร ฉันควรตกลงทำธุรกิจอะไร ฉันควรซื้ออะไร ฉันควรย้ายไปอยู่บ้านอีกหลังไหม หรือฉันควรทำอย่างไรกับปัญหาเฉพาะเจาะจงบางอย่าง? ทำไมพระเจ้าไม่ทำ

อะไรบางอย่างเพื่อฉัน และเปิดเผยพระประสงค์ของพระองค์แก่ฉัน?" และตลอดเวลาดังกล่าว คนเหล่านี้ไม่ได้เต็มเปี่ยมด้วยพระวิญญาณ ซึ่งเป็นเรื่องที่มีการเปิดเผยชัดเจนว่าเป็นพระประสงค์ของพระองค์ ทำไมพระเจ้าจึงสมควรจะเปิดเผยอะไรบางอย่างแก่ใครสักคนด้วย ถ้าเขาไม่ทำสิ่งที่พระเจ้าได้ตรัสไว้แล้วอย่างชัดเจนว่านั่นเป็นพระประสงค์ของพระองค์?

เต็มเปี่ยมด้วยพระวิญญาณหมายความว่าอย่างไร? ผมขอสอนบทเรียนศาสนศาสตร์ให้คุณสั้น ๆ เราจะเรียกบทเรียนนี้ว่าศาสนศาสตร์เรื่องชีวิตที่เต็มเปี่ยมด้วยพระวิญญาณ เมื่อคุณได้รับความรอด ในห้วงเวลานั้นที่คุณยอมรับพระเยซูคริสต์ พระวิญญาณบริสุทธิ์ก็เสด็จมาสถิตอยู่ภายในคุณ ไม่มีคริสเตียนคนไหนไม่มีพระวิญญาณบริสุทธิ์ "ใครไม่มีพระวิญญาณของพระคริสต์ คนนั้นก็ไม่เป็นของพระองค์" (โรม 8:9 และดู 1 คร. 6:19; 12:12–13) แต่ก็เป็นเรื่องน่าประหลาดใจที่มีคริสเตียนมากมายคิดว่าพวกเขาไม่มีพระวิญญาณบริสุทธิ์

ผมเคยนั่งอยู่ในคริสตจักร และได้ยินหลายคนที่จริงใจอธิษฐานว่า "โอ พระเจ้า โปรดส่งพระวิญญาณของพระองค์ลงมา" เมื่อได้ยินแล้วผมก็คิดในใจว่า *ไม่ พระองค์อยู่ที่นี่*

พระองค์อยู่ที่นี่! ผมเคยได้ยินคนอธิษฐานว่า "ข้าแต่พระเจ้า โปรดประทานพระวิญญาณของพระองค์ให้ข้าพระองค์มากขึ้น" ราวกับว่าพระองค์มาเป็นโดสเหมือนยา

พระวิญญาณบริสุทธิ์เป็นบุคคล พระองค์สถิตอยู่ภายในคุณ "ท่านรู้แล้วไม่ใช่หรือว่า ร่างกายของพวกท่านเป็นวิหารของพระวิญญาณบริสุทธิ์ผู้สถิตในท่าน?" (1 คร. 6:19) หลายครั้งเหลือเกินที่เราขอสิ่งที่เรามีอยู่แล้ว เราอธิษฐานขอพระวิญญาณบริสุทธิ์ ทั้ง ๆ ที่พระองค์อยู่ที่นี่แล้ว

คุณเคยวิเคราะห์คำอธิษฐานของคุณเองไหม?

คุณอธิษฐานว่า "ข้าแต่พระเจ้า โปรดประทานความรักให้ข้าพระองค์มากขึ้นสำหรับคนนั้นคนนี้" แต่พระคัมภีร์กล่าวว่า "ความรักของพระเจ้าได้หลั่งเข้าสู่จิตใจของเราแล้ว" (โรม 5:5)

คุณทูลว่า "ข้าแต่พระเจ้า ข้าพระองค์ต้องการพระคุณมากกว่านี้" พระเจ้าตรัสว่าพระคุณที่พระองค์ประทานแก่คุณนั้นเพียงพออยู่แล้ว (2 คร. 12:9)

คุณร้องทูลว่า "โอ องค์พระผู้เป็นเจ้า ข้าพระองค์ต้องการกำลังมากกว่านี้" แต่พระคัมภีร์กล่าวว่าคุณ "ทำได้ทุกอย่าง" โดยพระคริสต์ผู้ทรงเสริมกำลังคุณ (ฟีลิปปี 4:13)

คุณอธิษฐาน "โอ พระเจ้า โปรดนำทางข้าพระองค์" *แต่พระองค์ได้ประทานพระวจนะที่เพียงพอสำหรับทุกสิ่งเพื่อส่องทางให้คุณแล้ว* (สดุดี 119:105)

ครบบริบูรณ์ในพระองค์

เมื่อไหร่คริสเตียนทั้งหลายจะตระหนักว่าพวกเขามีทุกสิ่ง? เปโตรเขียนไว้ว่า "ฤทธิ์เดชของพระเจ้าได้ให้ทุกสิ่งแก่เรา ที่จำเป็นต่อชีวิตและต่อการดำเนินตามทางพระเจ้า" (2 เปโตร 1:3) คุณไม่ได้ขาดอะไรเลย แต่มีคริสเตียนผอมแห้งมากมายเหลือเกินที่เที่ยวพูดว่า "คือว่า ฉันไม่มีอำนาจที่จะทำสิ่งนี้หรือสิ่งนั้น"

อัครทูตเปาโลกล่าวแก่ชาวโคโลสีว่า "พวกท่านได้รับความครบบริบูรณ์ในพระองค์"(โคโลสี 2:10)ครบบริบูรณ์! คุณกำลังหาอะไร? คุณกำลังขออะไร? ยากอบบอกว่าคุณควรขออะไร ขอ "สติปัญญา" (ยากอบ 1:5)และนั่นหมายถึงความเข้าใจที่จะรู้ว่าคุณมีอะไรอยู่แล้ว และไม่ต้องขอสิ่งนั้น โดยหลักฐานยืนยันเดียวกันนี้ เราก็ไม่จำเป็นต้องขอพระวิญญาณ เพราะพระองค์สถิตอยู่ในเราแล้ว

เนื่องจากเรามีพระวิญญาณ เราจึงมีฤทธานุภาพด้วยตามที่พระเยซูบอกพวกอัครทูตว่า "แต่พวกท่านจะได้รับ

พระราชทานฤทธานุภาพ เมื่อพระวิญญาณบริสุทธิ์เสด็จมาเหนือท่าน" (กิจการ 1:8) คำว่า *ฤทธานุภาพ* ในภาษากรีกคือ *ดูนามิส* และจากคำนี้ก็กลายมาเป็นคำว่า *ไดนาไมท์ (ระเบิด)* ในภาษาอังกฤษ มันหมายถึงรูปแบบของพลังที่มหาศาลและระเบิดออกมา

คุณอาจบอกว่า "ใช่เหรอ? ฉันไม่ค่อยแน่ใจเลย ฉันคิดว่าฉันเหมือนระเบิดด้าน ฉันไม่ได้แสดงพลังเหมือนระเบิดในชีวิตของฉัน ฉันไม่ได้ส่งเสียงฟู่ดัง ๆ เหมือนจุดชนวนด้วยซ้ำ"

แต่ฤทธานุภาพอยู่ที่นั่นทั้งหมดแล้ว สิ่งที่มักจะไม่อยู่ที่นั่นก็คือการปล่อยฤทธานุภาพนั้นออกมา การมีพระวิญญาณก็เรื่องหนึ่ง แต่การเต็มเปี่ยมด้วยพระวิญญาณนั้นเป็นอีกเรื่องหนึ่ง

"ฟิซซี่" เป็นเม็ดเล็ก ๆ สำหรับทำน้ำอัดลม มันได้รับความนิยมอย่างล้นหลามในทศวรรษที่ 1950 และ 1960 และเพิ่งจะพยายามกลับมาอีกครั้งเมื่อเร็ว ๆ นี้ ถ้าพูดง่าย ๆ ยาเม็ดชนิดนี้ก็เหมือนยาละลายน้ำแบบเม็ดฟู่ที่มีรสชาติ ถ้าคุณใส่เม็ดหนึ่งลงไปในแก้วน้ำดื่ม รสชาติของมันก็จะกระจายออกมา ยาเม็ดอัดแน่นเข้มข้นนี้ยังใช้การไม่ได้ถ้ามันยังจมอยู่ที่ก้นแก้วมันต้องปล่อยพลังงานของมันออกไปทั่วทั้งแก้ว แล้วมันจึงจะเปลี่ยนน้ำดื่มนั้นให้กลายเป็น

สิ่งใหม่ ถ้ามันเป็นฟีซซี่รสองุ่น คุณก็จะได้เครื่องดื่มรสองุ่น รสชาติของเม็ดฟู่นี้จะกำหนดรสชาติของน้ำ

ในระดับหนึ่ง นี่เป็นภาพวิธีการที่พระวิญญาณของพระเจ้าทำงานในชีวิตมนุษย์ พระองค์อยู่ในคริสเตียนตลอดเวลา ในฐานะพลังจากเบื้องบนที่อัดแน่น เข้มข้น ทรงพลัง และเป็นบุคคล คำถามก็คือพระองค์เคยได้ปล่อยพลังนั้นออกมาหรือไม่? เพื่อพระองค์จะเต็มเปี่ยมในชีวิตของคุณ เพื่อคุณจะสามารถเป็นอย่างที่พระองค์เป็น คริสเตียนที่ไม่ยอมอยู่ภายใต้พระวิญญาณจะไม่สำแดงชีวิตของพระคริสต์ พระวิญญาณของพระเจ้าต้องแผ่ซ่านไปในชีวิต แล้วชีวิตนั้นจึงจะฉายแสงของพระองค์ออกมา

เราไม่สามารถทำสิ่งใดได้เลยถ้าเราไม่เต็มเปี่ยมด้วยพระวิญญาณ

ผมมีถุงมือ ถ้าผมสั่งถุงมือนั้นว่า “เล่นเปียโนซิ” ถุงมือนั้นจะทำอะไร? มันจะไม่ทำอะไรเลย ถุงมือเล่นเปียโนไม่ได้ แต่ถ้าผมสอดมือเข้าไปในถุงมือแล้วเล่นเปียโน จะเกิดอะไรขึ้น? มันก็จะเกิดเสียงเพลง ถ้าผมสอดมือเข้าไปในถุงมือ ถุงมือก็จะเคลื่อนไหว ถุงมือไม่ได้รู้สึกเคร่งศาสนาขึ้นมาแล้วพูดว่า “โอ มือครับ บอกหน่อยว่าผมจะต้องขยับไปทางไหน” มันไม่พูดอะไรเลย มันแค่ขยับไป คนที่เต็มเปี่ยมด้วยพระวิญญาณจะไม่เอาแต่พึมพำอึกอักพยายาม

ค้นหาว่าพระเจ้าต้องการอะไร พวกเขาจะเดินไปเลย

หลายคนมักจะถามว่า "ฉันจะรู้จักของประทานฝ่ายวิญญาณของฉันได้ยังไง?" วิธีที่ดีที่สุดก็คือการดำเนินชีวิตที่เต็มเปี่ยมด้วยพระวิญญาณ ดูว่าพระเจ้าทำอะไรผ่านคุณ มองย้อนกลับไปในอดีต และบอกว่า "โอ นั่นคือสิ่งที่ฉันทำเมื่อพระเจ้าควบคุมฉัน ดูเหมือนนั่นแหละคือของประทานของฉัน" ไม่มีความจำเป็นที่จะต้องพยายามวิเคราะห์ ประเด็นทั้งหมดก็คือ เราต้องให้พระวิญญาณของพระเจ้าได้รับการปลดปล่อยออกมาในชีวิตของเรา นี่เป็นเรื่องของการตัดสินใจเท่านั้น เวลาคุณตื่นขึ้นมาในตอนเช้า คุณตัดสินใจว่าคุณจะสวมใส่อะไร จากนั้นคุณก็ตัดสินใจว่าจะกินอะไรเป็นอาหารเช้า แล้วมันก็ดำเนินไปอย่างนั้นตลอดทั้งวัน เป็นการตัดสินใจเรื่องแล้วเรื่องเล่า ชีวิตที่เต็มเปี่ยมด้วยพระวิญญาณจะยอมมอบการตัดสินใจทุกอย่างให้อยู่ภายใต้การควบคุมของพระวิญญาณ

ประสบการณ์ของเปโตร

ตัวอย่างหนึ่งมาจากชีวิตของอัครทูตเปโตร เวลาเปโตรอยู่ใกล้พระเยซูคริสต์ เขามีพลังที่น่าอัศจรรย์ ดังนั้นเขาจึงชอบอยู่ที่เดียวกับพระเยซู ครั้งหนึ่งพวกสาวกออกไปกลางทะเลกาลิลี (มัทธิว 14:22–33) เรือของพวกเขา

โคลงเคลงอยู่กลางพายุ และพวกเขาแล่นไปเมืองคาเปอรนาอุมไม่ได้ (บ่อยครั้งมากที่ลมจะทำให้ทะเลกาลิลีกลายเป็นน้ำวน ทำให้เรือได้แต่เคลื่อนที่เป็นวงกลม)

ทันใดนั้นคนหนึ่งในเรือก็มองออกไปและพูดว่า "มีคนเดินมาบนน้ำ" แน่นอน พวกเขาเห็นเสื้อคลุมพลิ้วกระพือตามลม พระเยซูกำลังเสด็จมา ดำเนินมาบนยอดคลื่นแตกฟอง

เปโตรร้องว่า "นั่นพระองค์หรือเปล่า องค์พระผู้เป็นเจ้า?"

องค์พระผู้เป็นเจ้าตอบว่า "ใช่ นี่เราเอง"

เปโตรถามว่า "ข้าพระองค์ออกไปหาพระองค์ได้ไหม?"

คุณอาจสงสัยว่าทำไมเปโตรถึงพูดอย่างนั้น ทำไมเขาไม่รอในเรือจนกระทั่งพระเยซูมาถึง? แต่นั่นคงจะไม่เหมือนเปโตร เขาคิดในใจว่า "พระเยซูอยู่ที่นั่น ฉันอยู่ที่นี่แบบนี้ไม่ดี ฉันต้องไปที่นั่น" เขาไม่ฉุกคิดเลยสักนิดว่าตามปกติเขาไม่สามารถเดินบนน้ำ เรื่องนั้นไม่เป็นปัญหาเลยด้วยซ้ำ พอเขาเห็นพระเยซู เขาก็ปรารถนาเหลือเกินที่จะอยู่กับพระองค์ จนเขาต้องออกไป

แต่พอเปโตรออกไปเดินบนคลื่นโคลงเคลงนั้น เขาก็ก้มลงมองและคิดว่า *นี่ฉันมาทำอะไรตรงนี้?* เขาเริ่มจมลง แต่องค์พระผู้เป็นเจ้าทรงดึงเขากลับขึ้นมา

ประเด็นก็คือ เวลาเปโตรอยู่ใกล้พระเยซู เขาสามารถทำสิ่งอัศจรรย์ เขากับพระเยซูเดินบนน้ำกลับไปด้วยกัน

หลังจากนั้นระยะหนึ่ง พระเยซูคุยกับพวกสาวกและถามว่า "คนทั่วไปพูดกันว่าเราเป็นใคร?"

พวกเขาตอบว่า "โอ้ บางคนคิดว่าพระองค์เป็นเยเรมีย์ บางคนคิดว่าพระองค์เป็นเอลียาห์ บางคนคิดว่าพระองค์เป็นหนึ่งในบรรดาผู้เผยพระวจนะ"

พระองค์ถามว่า "แล้วพวกท่านว่าเราเป็นใคร?"

เปโตรตอบว่า "พระองค์เป็นพระคริสต์พระบุตรของพระเจ้าผู้ทรงพระชนม์อยู่" (มัทธิว 16:16) ผมรู้สึกมั่นใจว่า พอพูดแล้วเขาคงสงสัยว่า *คำตอบนี้มาจากไหนกันนี่?*

พระเยซูตรัสว่า "เปโตร เนื้อและเลือดไม่ได้เปิดเผยเรื่องนี้แก่ท่าน แต่พระบิดาของเราผู้สถิตในสวรรค์ทรงเปิดเผย" (ดูมัทธิว 16:13–17)

เปโตรคงจะบอกว่า "ข้าพระองค์ก็คิดอย่างนั้น เพราะแน่นอนว่าข้าพระองค์ไม่ทราบเรื่องนั้น" คุณเห็นไหม เวลาเปโตรอยู่ใกล้พระเยซู เขาไม่เพียงแต่ทำสิ่งอัศจรรย์ แต่เขายังพูดสิ่งอัศจรรย์ด้วย ยังมีข้อสงสัยอะไรอีกไหม ว่าทำไมเขาจึงอยากอยู่ใกล้พระองค์?

เวลาเปโตรอยู่ใกล้พระคริสต์ เขามีความกล้าหาญอย่างอัศจรรย์ เขาอยู่ในสวนเกทเสมนีเมื่อทหารทั้งกอง

มากถึงห้าร้อยคน มาจับกุมพระเยซู พวกเขาแต่งกายเต็มยศ ยกทัพกันมา พวกหัวหน้าปุโรหิตเดินนำหน้าพวกเขา และที่เดินอยู่หน้าพวกหัวหน้าปุโรหิตก็คือพวกคนรับใช้ของปุโรหิต เปโตรยืนอยู่กับองค์พระผู้เป็นเจ้า บางทีเขาอาจคิดทำนองนี้ *พวกนี้คิดจะมาจับพระเยซูไปเหรอ ไม่มีทางหรอก*

เนื่องจากเปโตรไม่เคยอยากอยู่ห่างจากพระเยซู เขาจึงชักดาบ เขาเริ่มจากคนแรกในขบวน ซึ่งบังเอิญเป็นมัลคัสคนรับใช้ของมหาปุโรหิต พระคัมภีร์กล่าวว่าเปโตรตัดหูของมัลคัสขาด แต่ถ้าผมรู้จักเปโตร ผมว่าเขาตั้งใจจะฟันทั้งหัว เปโตรพร้อมจะสู้กับทหารโรมันทั้งกองทัพ คุณเห็นไหม เวลาเขาอยู่กับพระเยซู เขามีความกล้าอย่างอัศจรรย์

หลังจากนั้นประเดี๋ยวเดียว พระเยซูเข้าไปรับการพิจารณาคดี และเปโตรยืนอยู่ข้างนอก เขาอยู่ห่างจากพระเยซูแล้วเกิดอะไรขึ้นกับชายผู้ทรงพลังคนนี้? ชายคนนี้ที่เคยเดินบนน้ำได้ เคยพูดด้วยการดลใจจากพระเจ้า เคยแสดงความกล้าหาญอย่างอัศจรรย์ เมื่อเขาแยกจากพระเยซู เขากลายเป็นคนล้มเหลว เขาปฏิเสธพระคริสต์สามครั้ง เมื่อแยกจากพระเยซู เขาไม่เหลืออะไรเลย

พร้อมจะถูกฝังหรือยัง?

แต่วันนั้นก็มาถึง เมื่อพระเยซูกำลังจะเสด็จขึ้นสู่สวรรค์ คุณอาจบอกว่า "โอ ไม่นะ ถ้าเปโตรเป็นคนขี้ขลาดเมื่อเขาอยู่ห่างจากพระเยซูสามสิบเมตร แล้วเราจะทำยังไงกับเขาดีเมื่อพระเยซูเสด็จขึ้นไปสู่สวรรค์? เราน่าจะฝังเขาอีกคน เขาไม่มีค่าแล้ว!"

แต่หลังจากพระคริสต์เสด็จขึ้นสู่สวรรค์ไม่นาน เปโตรก็ยืนอยู่ต่อหน้าบรรดาศัตรูของพระคริสต์และกล่าวว่า "พี่น้องชาวยิวกับทุกท่านที่อยู่ในกรุงเยรูซาเล็ม จงทราบเรื่องนี้และฟังถ้อยคำของข้าพเจ้า" (กิจการ 2:14) ผัวะ! เขายกข้อความจากหนังสือโยเอลแล้วก็พูดต่อ เขากล่าวว่าคนเหล่านั้นสังหารพระองค์ผู้ทรงเป็นแหล่งกำเนิดของชีวิต และปล่อยผู้ฆ่าคนให้กับเขาทั้งหลาย และปฏิเสธพระองค์ผู้ทรงเป็นองค์บริสุทธิ์ แล้วเขาก็ต่อด้วยการประกาศพระคริสต์อย่างไม่เกรงกลัว ยิงข่าวประเสริฐออกไปเหมือนใช้ปืนสองกระบอก เปโตรไปได้ความกล้าหาญแบบนั้นมาตั้งแต่เมื่อไหร่?

ครั้งต่อมาที่เราได้อ่านเรื่องของเปโตรคือในกิจการบทที่ 3 เปโตรกับยอห์นเข้าไปในพระวิหารทาง "ประตูงาม" ซึ่งมีชายคนหนึ่งเป็นง่อยมานานสี่สิบปี เปโตรพูดกับเขา

ว่า "จงดูเราทั้งสองเถิด" ชายคนนั้นก็มอง แล้วเปโตรก็พูดว่า "เงินและทองเราไม่มี แต่สิ่งที่เรามีนั้นเราจะให้ท่าน คือในพระนามของพระเยซูคริสต์ชาวนาซาเร็ธ จงเดินเถิด" (กิจการ 3:4–6) คนง่อยคนนั้นยืนขึ้นและเริ่มกระโดดโลดเต้นและสรรเสริญพระเจ้า เปโตรไม่เพียงพูดสิ่งอัศจรรย์ เขาทำการอัศจรรย์ด้วย

ในกิจการบทต่อมา เปโตรถูกข่มเหง เขาสำแดงความกล้าที่น่าทึ่ง เป็นความกล้าหาญแบบเดียวกับที่เขาเคยแสดงออกในสวนนั้น คุณอาจคิดในใจว่า "ฉันไม่เข้าใจ เปโตรเคยมีลักษณะเหล่านี้เฉพาะตอนที่พระเยซูอยู่ใกล้ แต่ตอนนี้พระเยซูกลับไปสู่สวรรค์แล้ว เปโตรก็ยังสำแดงลักษณะที่ยิ่งใหญ่เหล่านี้อีก มันเกิดอะไรขึ้น?" กิจการ 2:4 บอกความลับของเรื่องนี้แก่เรา คือก่อนที่เปโตรจะสำแดงวีรกรรมใด ๆ เขาเป็นคนหนึ่งที่ "เต็มเปี่ยมด้วยพระวิญญาณบริสุทธิ์" (กิจการ 2:4)

ผมขอสรุป คือเมื่อเปโตรเต็มเปี่ยมด้วยพระวิญญาณบริสุทธิ์ เขาก็มีพลังแบบเดียวกับเวลาที่เขายืนอยู่ข้างพระเยซูคริสต์ ทีนี้เรื่องน่าตื่นเต้นก็คือ คุณรู้ไหมว่าชีวิตที่เต็มเปี่ยมด้วยพระวิญญาณเป็นอย่างไร? มันคือการมีชีวิตอยู่ทุก ๆ ขณะเหมือนกับคุณกำลังยืนอยู่ต่อพระพักตร์

พระเยซูคริสต์ เรื่องนี้ไม่ได้ซับซ้อนเกินไปใช่ไหมล่ะ? บางคนอาจคิดว่าผมกำลังสับสนเรื่องนี้ เพราะพระวิญญาณบริสุทธิ์กับพระคริสต์แตกต่างกัน แต่เปาโลเรียกพระวิญญาณบริสุทธิ์ด้วยพระนามใด? เขาเรียกพระองค์ว่า "พระวิญญาณของพระคริสต์" (โรม 8:9) พระเยซูตรัสว่าเมื่อพระองค์เสด็จไปแล้ว พระองค์จะประทานผู้ช่วย *อัลโลส*ซึ่งแปลว่า "อีกผู้หนึ่ง" (ยอห์น 14:16) คำว่า *อีกหนึ่ง* ในภาษากรีกมีสองคำ คือ *เฮเทโรส* กับ *อัลโลส* คำว่า *เฮเทโรส* หมายถึงอีกหนึ่งที่เป็นคนละอย่าง แต่*อัลโลส* หมายถึงอีกหนึ่งที่เป็นแบบเดียวกันทุกประการ

นี่คือพระคัมภีร์ของผม ถ้าผมบอกคุณว่า "ผมขอ *เฮเทโรส บีโบลส*" คุณก็อาจจะหยิบหนังสืออะไรก็ได้มาให้ผม แต่ถ้าผมบอกคุณว่า "ผมขอ*อัลโลส บีโบลส*" คุณคงจะต้องหยิบพระคัมภีร์ที่เหมือนกับของผมเป๊ะ ๆ มาให้ คือมีการทำเครื่องหมาย และรอยขาด รอยปริทั้งหมดเหมือนกับของผม นี่คือคำว่า *อัลโลส* และเมื่อพระเยซูตรัสว่า "พระองค์จะประทานผู้ช่วยอีกผู้หนึ่งให้กับพวกท่าน" พระองค์ก็ตรัสว่า *อัลโลส* หรืออีกผู้หนึ่งที่เหมือนกับพระองค์ทุกประการ ชีวิตที่เต็มเปี่ยมด้วยพระวิญญาณนั้นไม่ต่างอะไรจากการดำเนินชีวิตโดยสำนึกว่ากำลังอยู่ต่อพระพักตร์พระคริสต์ผู้ทรงสถิตอยู่ภายใน

เรามีแนวโน้มที่จะรู้สึกคลุมเครือสับสนเหลือเกินเรื่องชีวิตที่เต็มเปี่ยมด้วยพระวิญญาณ เปาโลกล่าวว่าที่เราต้องทำก็แค่เต็มเปี่ยมด้วยพระวิญญาณ แทนที่จะเมาเหล้าเราต้องอยู่ภายใต้การควบคุมของพระวิญญาณ แทนที่จะอยู่ภายใต้ฤทธิ์เหล้าองุ่น (อฟ. 5:18)

ชีวิตที่เต็มเปี่ยมด้วยพระวิญญาณจะสำแดงตัวมันเองออกมาอย่างไร? มันจะสำแดงออกมา “ด้วยเพลงสดุดีเพลงนมัสการ และเพลงฝ่ายจิตวิญญาณ คือร้องเพลงและสดุดีจากใจของพวกท่านถวายองค์พระผู้เป็นเจ้าจงขอบพระคุณพระเจ้าคือพระบิดาอยู่เสมอสำหรับทุกสิ่งทุกอย่าง ในพระนามของพระเยซูคริสต์องค์พระผู้เป็นเจ้าของเรา” (อฟ. 5:19–20) แล้วเปาโลก็แจกแจงเรื่องนี้อย่างครบถ้วนทีละส่วน ด้วยการบรรยายวิถีชีวิตของคนที่เต็มเปี่ยมด้วยพระวิญญาณ คนที่เป็นภรรยาจะยอมเชื่อฟังคนที่เป็นสามีจะรักภรรยา คนที่เป็นพ่อจะไม่ยั่วยุลูกให้เกิดโทสะ คนที่เป็นลูกจะเชื่อฟัง คนที่เป็นคนรับใช้จะทำงานอย่างดี และคนที่เป็นนายจะให้ความเป็นธรรม คนที่เต็มเปี่ยมด้วยพระวิญญาณควรจะดำเนินชีวิตแบบนี้ (อฟ. 5:22–6:9)

เต็มเปี่ยมด้วยพระวจนะ

ที่น่าสนใจก็คือโคโลสีบทที่ 3 ก็มีรายการคุณลักษณะแบบเดียวกัน คือการยอมเชื่อฟัง การพูดด้วยเพลงสดุดีและเพลงฝ่ายจิตวิญญาณ ผู้ที่เป็นภรรยายอมเชื่อฟัง ผู้ที่เป็นสามีรักภรรยา ผู้ที่เป็นลูกเชื่อฟัง ผู้ที่เป็นพ่อแม่ไม่ยั่วยุ ผู้ที่เป็นคนรับใช้ ผู้ที่เป็นนาย เพียงแต่ในตอนนี้เปาโลไม่ได้โยงการใช้ชีวิตแบบนั้นกับการเต็มเปี่ยมด้วยพระวิญญาณ เขากล่าวว่ามันเป็นผลของการให้ "พระวจนะของพระคริสต์อยู่ในพวกท่านอย่างบริบูรณ์ จงสั่งสอนและเตือนสติกันด้วยปัญญาทั้งสิ้น" (โคโลสี 3:16)

คุณเห็นไหมว่าชีวิตที่เต็มเปี่ยมด้วยพระวิญญาณคืออะไร? มันก็คือการเต็มเปี่ยมไปด้วยสิ่งต่าง ๆ ที่เป็นของพระคริสต์—พระวจนะของพระองค์ ตัวตนของพระองค์

คุณอาจบอกว่า "เอาล่ะ คุณรู้ว่าฉันอยากจะเป็นแบบนั้น ฉันอยากจะเต็มเปี่ยมด้วยพระคริสต์ แล้วฉันจะทำได้ยังไง?"

ทางเดียวก็คือการศึกษาหนังสือที่เปิดเผยทุกสิ่งที่พระองค์ทรงเป็น!

คุณอาจบอกว่า "ฉันพยายามอ่านพระคัมภีร์แล้ว แต่ฉันไม่ได้อะไรเลย"

ขอผมแบ่งปันวิธีที่ผมศึกษาพระคัมภีร์ และวิธีที่พระคัมภีร์มีชีวิตขึ้นมาสำหรับผม ผมเริ่มต้นอ่าน 1 ยอห์น วันหนึ่งผมนั่งลงและอ่านพระธรรมเล่มนี้ทั้งห้าบทแบบรวดเดียวจบ ผมใช้เวลายี่สิบนาที การอ่านพระธรรมหนึ่งเล่มแบบรวดเดียวจบนั้นยอดเยี่ยมมาก (พระธรรมเล่มต่าง ๆ ในพระคัมภีร์ไม่ได้เขียนในลักษณะของหนังสือรวบรวมข้อพระธรรมดี ๆ ข้อเล็กข้อน้อย แต่เขียนโดยมีเนื้อหาต่อเนื่องและมีบริบท)

วันต่อมาผมนั่งลงและอ่าน 1 ยอห์นรวดเดียวจบอีกครั้ง วันที่สาม ผมนั่งลงและอ่าน 1 ยอห์นรวดเดียวจบ วันที่สี่รวดเดียวจบอีกครั้ง วันที่ห้า ผมนั่งลงและอ่านพระธรรมเล่มนี้อีกครั้ง ผมทำแบบนี้สามสิบวัน คุณรู้ไหมว่าเกิดอะไรขึ้นเมื่อสิ้นสุดสามสิบวันนั้น? ผมรู้แล้วว่ามีอะไรอยู่ใน 1 ยอห์น

ถ้ามีคนถามคุณว่า "ตรงไหนในพระคัมภีร์ที่พูดถึงการสารภาพบาปของเรา?" คุณก็มีภาพในใจเป็นพระธรรม 1 ยอห์น บทแรก คอลัมน์ขวามือ ต่ำลงมาตรงกลาง (ขึ้นอยู่กับพระคัมภีร์ของคุณ) แล้วตรงไหนที่บอกว่าอย่ารักโลก? บทที่สอง คอลัมน์ขวามือ ต่ำลงมาตรงกลาง แล้วตรงไหนพูดถึงบาปที่นำไปสู่ความตาย? บทที่ 5 หน้าสุดท้าย คุณรู้จัก 1 ยอห์นแล้ว!

จากนั้นผมก็อ่านพระกิตติคุณยอห์น ผมแบ่งพระกิตติคุณยอห์นออกเป็นสามส่วน ส่วนละเจ็ดบท ผมอ่านเจ็ดบทแรกสามสิบวัน อ่านเจ็ดบทต่อไปในช่วงสามสิบวันถัดไป แล้วก็อ่านเจ็ดบทสุดท้ายอีกสามสิบวัน ในเก้าสิบวัน ผมได้อ่านพระกิตติคุณยอห์นทั้งเล่มสามสิบรอบ

ตรงไหนที่พระธรรมเล่มนี้พูดถึงผู้เลี้ยงแกะที่ดี? บทที่ 10 คอลัมน์ขวามือ เริ่มจากตรงกลาง ต่อเนื่องลงไป พลิกไปอีกหน้า และอ่านต่อลงไปอีก ตรงไหนที่พูดถึงเถาองุ่นและแขนง? บทที่ 15 ตรงไหนที่พูดถึงมิตรสหายของพระเยซู? บทที่ 15 ข้ามไปคอลัมน์ถัดไป และลงไปข้างล่างเล็กน้อย ตรงไหนพูดถึงพระเยซูถูกจับกุมในสวน? อยู่ในยอห์นบทที่ 18 แล้วเรื่องการช่วยเปโตรให้เข้มแข็งอีกครั้งล่ะ? อยู่ในยอห์นบทที่ 21 เรื่องผู้หญิงที่บ่อน้ำล่ะ? อยู่ในยอห์นบทที่ 4 เรื่องอาหารแห่งชีวิตล่ะ? อยู่ในยอห์นบทที่ 6 เรื่องนิโคเดมัสล่ะ? อยู่ในยอห์นบทที่ 3 เรื่องงานแต่งงานที่หมู่บ้านคานาล่ะ? อยู่ในยอห์นบทที่ 2

คุณอาจบอกว่า “โอ้โห คุณฉลาดนี่” ไม่ ผมไม่ฉลาด ผมอ่านมาสามสิบรอบแล้ว แม้แต่คนอย่างผมก็เข้าใจได้ อิสยาห์บอกให้เรียนรู้ “กฎซ้อนกฎ ... เป็นบรรทัดซ้อนบรรทัด ที่นี่นิด ที่นั่นหน่อย” (อสย. 28:10–13) แล้วคุณก็

จะซ่อนพระวจนะไว้ในใจของคุณ หลังจากนั้นสักระยะ คุณก็จะไม่รู้สึกยากลำบากอีกต่อไปว่าจะหาข้อความต่าง ๆ ได้จากที่ไหน!

ละเลยแผนการที่วางไว้

ยิ่งคุณศึกษาพระวจนะของพระเจ้ามากเท่าไร พระวจนะก็จะยิ่งซึมซาบเข้าไปในจิตใจและชีวิตของคุณมากเท่านั้น เคยมีรายงานข่าวบอกว่ามีคนถามนักไวโอลินระดับแสดงคอนเสิร์ตในโรงมหรสพคาร์เนกี้ฮอลล์ของนครนิวยอร์ค เขาถามว่าเธอเก่งขนาดนั้นได้อย่างไร เธอตอบว่าเป็นเพราะ "การละเลยตามแผนการที่วางไว้" เธอวางแผนละเลยทุกสิ่งทุกอย่างที่ไม่เกี่ยวข้องกับเป้าหมายของเธอ

บางสิ่งที่สำคัญรองลงไปในชีวิตคุณสามารถถูกละเลยตามแผนการที่วางไว้ได้ เพื่อคุณจะทุ่มเทศึกษาพระวจนะของพระเจ้า คุณรู้ไหมว่าจะเกิดอะไรขึ้น? ยิ่งคุณศึกษาพระวจนะของพระเจ้ามากเท่าใด จิตใจคุณก็จะยิ่งเต็มเปี่ยมด้วยพระวจนะมากเท่านั้น เมื่อนั้นคุณจะไม่มีปัญหาที่จะคิดถึงพระคริสต์ คุณจะไม่สามารถหยุดคิดถึงพระองค์ได้เลย

การเต็มเปี่ยมด้วยพระวิญญาณคือการดำเนินชีวิตที่มีจิตสำนึกถึงพระคริสต์ และเรื่องนี้ไม่มีทางลัด คุณไม่สามารถไปทำให้ตัวเองอุทิศตัวสุด ๆ เพื่อจะดำเนินชีวิตที่มีจิตสำนึกถึงพระคริสต์ได้ ทางเดียวที่คุณจะเต็มเปี่ยมด้วยความคิดเรื่องพระคริสต์ก็คือการทำให้ตัวคุณเองเต็มเปี่ยมด้วยหนังสือที่มีแต่เรื่องของพระองค์และนี่คือพระประสงค์ของพระเจ้า พระองค์ไม่ได้ต้องการให้คุณได้รับความรอดเพียงอย่างเดียว แต่ต้องการให้คุณเต็มเปี่ยมด้วยพระวิญญาณด้วย

บทที่ 4

ความบริสุทธิ์สำคัญเป็นอันดับแรก

สำหรับบางคนที่ค้นหาพระประสงค์ของพระเจ้ามาเป็นเวลานาน เรื่องนี้ดูเหมือนจะชัดเจนทีเดียว "พระเจ้าทรงประสงค์ให้ท่านได้รับการชำระให้บริสุทธิ์" (1 ธส. 4:3 ฉบับอมตธรรมฯ) พระเจ้าปรารถนาให้ผู้เชื่อทุกคนได้รับการชำระให้บริสุทธิ์ คำว่า *ชำระให้บริสุทธิ์* หมายความว่าอย่างไร? ให้เราใช้คำว่า *บริสุทธิ์* แทน ใน 1 เธสะโลนิกา 4:3–7 เปาโลพูดถึงความบริสุทธิ์ในทางปฏิบัติ และเขาให้หลักการไว้สี่ข้อ

หลีกห่างจากการทำผิดศีลธรรมทางเพศ

จงอยู่ให้ไกลจากความบาปทางเพศ เปาโลไม่ได้บอกให้หลีกเลี่ยงเพศสัมพันธ์ แต่เขาบอกให้อยู่ห่าง ๆ จากความบาปทางเพศ แน่นอนนี่หมายความว่าเราต้องไม่ยุ่งเกี่ยวกับพฤติกรรมทางเพศที่ผิด และนี่ยังหมายความด้วยว่าเราควรอยู่ให้ไกลจากสิ่งเหล่านั้น คริสเตียนบางคนไม่ได้ฝันอยากทำสิ่งเหล่านั้น แต่กลับนั่งดูคนอื่นทำสิ่งเหล่านั้นหรืออ่านเรื่องเหล่านั้นในหนังสือบางเล่ม และเรียกมันว่าความบันเทิง เราไม่ควรมีส่วนใด ๆ กับสิ่งเหล่านั้น

ผมไม่ใช่คนเคร่งจัด ผมคิดว่าเพศสัมพันธ์เป็นสิ่งที่งดงาม พระเจ้าทรงคิดค้นเพศสัมพันธ์ขึ้นมา และเนื่องจากพระองค์เป็นผู้คิดค้น มันจึงเป็นสิ่งที่ดี แต่พระองค์ออกแบบเพศสัมพันธ์ไว้สำหรับความงดงามในชีวิตสมรส ไม่ใช่ที่อื่น สำหรับหลายคนที่คิดว่าพวกเขาสามารโกงพระเจ้าและหาความสนุกจากเพศสัมพันธ์นอกชีวิตสมรสได้นั้น นั่นคือการเชื่อคำโกหกของมาร

เป็นเรื่องเหลวไหลที่คนหนุ่มสาว (หรือใครก็ตาม) ซึ่งกำลังใช้ชีวิตอยู่ในความไม่บริสุทธิ์ทางเพศที่จะอธิษฐานว่า "ข้าแต่พระเจ้า โปรดสำแดงให้ข้าพระองค์รู้พระประสงค์ของพระองค์" คนเช่นนั้นไม่ได้ทำแม้กระทั่งสิ่งที่ข้อความในพระคัมภีร์ตอนนี้บอกไว้ว่าเป็นพระประสงค์ของพระองค์

เลย แล้วทำไมพระเจ้าจึงควรจะเปิดเผยพระประสงค์มากกว่านั้น?

จงอยู่ให้ไกลจากเพศสัมพันธ์ที่ผิดศีลธรรม นี่เป็นหลักการง่าย ๆ แต่บางคนอาจอดไม่ได้ที่จะถามว่า "ไกลแค่ไหนล่ะ?" คำตอบคือไกลพอที่จะสะอาด บริสุทธิ์ แยกไว้ทั้งหมดสำหรับพระเจ้า

ผมกำลังบอกว่าคุณจับมือคนรักไม่ได้หรือเปล่า? นั่นไม่ใช่ประเด็น ผมหมายความว่าคุณจูบไม่ได้หรือเปล่า? ผมก็ไม่ได้หมายความอย่างนั้นเหมือนกัน พระคัมภีร์กล่าวว่า "'ข้าพเจ้าทำทุกสิ่งได้' แต่ไม่ใช่ทุกสิ่งนั้นเป็นประโยชน์ 'ข้าพเจ้าทำทุกสิ่งได้' แต่ข้าพเจ้าไม่ยอมอยู่ใต้อำนาจของสิ่งใดเลย" (1 คร. 6:12) คุณสามารถรับพระพรจากพระเจ้าได้ ตราบใดที่คุณควบคุมสิ่งที่คุณทำ เพื่อให้พระองค์ได้รับเกียรติ แต่เมื่อตัณหาควบคุมคุณ คุณก็ล้ำเส้นไปแล้ว นี่เป็นหลักการง่าย ๆ

ควบคุมร่างกายของคุณ

หลักการข้อที่สองเกี่ยวกับความบริสุทธิ์ในทางปฏิบัตินั้นปรากฏอยู่ใน 1 เธสะโลนิกา 4:4 "ให้ท่านทุกคนรู้จักบังคับร่างกายของตนในทางบริสุทธิ์ และในทางที่มีเกียรติ" ใน

ภาษากรีก คำว่า *ร่างกาย* ในที่นี้มีสองความหมายที่เป็นไปได้ คือ “ภรรยา” หรือ “ร่างกาย” ในบริบทนี้ผมเข้าใจว่าหมายถึง “ร่างกาย” เปาโลกำลังบอกว่าเราจะต้องควบคุมร่างกายของเรา และนั่นคือความบริสุทธิ์

เราจะต้องควบคุมร่างกายของเราให้อยู่ภายใต้คำสั่งเพื่อให้แน่ใจว่าเรากำลังถวายเกียรติแด่พระเจ้า และนั่นรวมถึงการควบคุมลักษณะการแต่งตัวของเราและสิ่งต่างๆ ที่เราทำกับร่างกายของเรา หลักการข้อนี้ครอบคลุมด้านที่เกี่ยวกับตัณหาของเนื้อหนังทั้งหมด ไม่ใช่แค่เรื่องเพศสัมพันธ์ คนเราสามารถไม่ให้เกียรติพระเจ้าด้วยการแต่งตัวมากเกินไปเพื่อดึงดูดความสนใจ ความตะกละก็ทำให้คนอยู่ในฐานะที่ไม่ให้เกียรติพระเจ้าและทำบาปเช่นกัน เพราะทุกคนล้วนเห็นได้ชัดว่าคนตะกละไม่สามารถควบคุมความปรารถนาที่จะกิน ไม่มีสิ่งใดที่ปรนเปรอร่างกายจนไม่ให้เกียรติพระเจ้า สามารถมีที่ว่างอยู่ในพระประสงค์ของพระเจ้าได้

กำราบตัณหาของคุณ

คริสเตียนต้องไม่ดำเนินชีวิต “ด้วยราคะตัณหาเหมือนอย่างคนต่างชาติ [คนนอกศาสนา] ที่ไม่รู้จักพระเจ้า”

(1 ธส. 4:5) เปาโลกำลังบอกอะไร? เขากำลังบอกว่าอย่าประพฤติเหมือนอย่างคนอื่น ๆ ในโลกนี้ เพราะคนเหล่านั้นถูกชักนำด้วยกิเลสตัณหา

ครั้งหนึ่งเคยมีหญิงสาวอายุสิบหกปีมาหาผม เธอน้ำตาไหลอาบแก้ม เธอบอกผมว่า "จอห์น หนูทนไม่ไหวแล้ว หนูอยากฆ่าตัวตาย" ผมถามเธอว่าทำไม เธอตอบว่า "หนูยุ่งเกี่ยวกับผู้ชายหลายคนเหลือเกินตั้งแต่หนูอายุสิบสามจนหนูทนดูตัวเองในกระจกไม่ได้" เรานั่งลงและคุยเรื่องความรักของพระเจ้า และการยกโทษอย่างสมบูรณ์ของพระองค์ เด็กสาวคนนั้นได้เชิญพระเยซูเข้ามาในชีวิต หลังจากนั้นแววตาของเธอก็เป็นประกายเพราะน้ำตาคลอในขณะที่เธอพูดว่า "อาจารย์รู้อะไรไหมคะ? หนูรู้สึกว่าหนูได้รับการยกโทษแล้ว" ผมให้ความมั่นใจแก่เธอว่าเธอได้รับการยกโทษแล้วจริง ๆ เธอออกจากที่นั่นไปและไม่ใช้ชีวิตที่ตกต่ำอีกต่อไป แต่เธอเอาใจใส่สิ่งที่อยู่เบื้องบน

ความเชื่อคริสเตียนมีอยู่สิ่งหนึ่งที่ยิ่งใหญ่และช่วยปลดปล่อยผู้คน คือมันพาคุณออกจากความตกต่ำ และยกชูคุณขึ้น จงอยู่สูงต่อไป อย่าประพฤติตัวเหมือนคนที่ไม่มีพระเจ้า

ปฏิบัติต่อผู้อื่นอย่างเป็นธรรม

อย่าให้มีใคร "ล่วงเกินและทำผิดต่อพี่น้องในเรื่องนี้เลย" (1 ธส. 4:6) พูดอีกอย่างก็คือ อย่าเอาเปรียบคนอื่น

บางคนเหยียบหัวคนอื่นเพื่อจะได้สิ่งที่ตัวเองต้องการ บางคนใช้คนอื่นทางเพศเพื่อสนองความปรารถนาของตัวเอง บางคนใช้คนอื่นในทางธุรกิจ มีหลายวิธีที่จะใช้คนอื่น แต่จงอย่าทำอย่างนั้น เพราะ "องค์พระผู้เป็นเจ้าเป็นผู้ทรงลงโทษคนที่ทำผิดอย่างนั้น"

คุณอาจบอกว่า "ฉันไม่ชอบกฎพวกนี้เลย พระเจ้าใจแคบจัง" ถ้าอย่างนั้น พระธรรมข้อที่ 8 ก็มีไว้สำหรับคุณ "คนที่ปฏิเสธคำสอนนี้ไม่ได้ปฏิเสธมนุษย์เท่านั้น แต่ได้ปฏิเสธพระเจ้า ผู้ประทานพระวิญญาณบริสุทธิ์ของพระองค์ให้แก่ท่าน" ถ้าคุณปฏิบัติต่อคนอื่นผิด ๆ แท้จริงแล้วคุณก็กำลังปฏิบัติต่อพระเจ้าผิด ๆ และดูหมิ่นพระเจ้า

ในข้อที่ 7 เปาโลสรุปสิ่งที่เราคุยกันมา "เพราะพระเจ้าไม่ได้ทรงเรียกเราให้เป็นคนลามก แต่ทรงเรียกให้เป็นคนบริสุทธิ์" การทรงเรียกของพระเจ้า หรือพระประสงค์ของพระเจ้า คือให้เราได้รับการชำระให้บริสุทธิ์ ให้เป็นคนบริสุทธิ์สะอาดหมดจด

โรเบิร์ต เมอร์รีย์ แมคเชย์นกล่าวในพิธีสถาปนาแต่งตั้งแดน เอ็ดเวิร์ดส์ที่ยังหนุ่มในทศวรรษที่ 1840 เขา

กล่าวไว้ทำนองนี้ "คุณเอ๊ดเวิร์ดส์ อย่าลืมคนที่อยู่ภายในคือจิตใจ ทหารม้ารู้ว่าชีวิตของเขาขึ้นอยู่กับดาบของเขา เขาจึงดูแลดาบให้สะอาด คราบสกปรกทุกรอย เขาจะเช็ดออกอย่างพิถีพิถัน คุณเอ๊ดเวิร์ดส์ คุณเป็นอุปกรณ์ที่พระเจ้าทรงเลือก คุณจะประสบความสำเร็จตามความบริสุทธิ์ของคุณ สิ่งที่พระเจ้าใช้ไม่ใช่พรสวรรค์ที่ยิ่งใหญ่หรือความคิดที่ยอดเยี่ยม แต่เป็นลักษณะชีวิตที่เหมือนพระเยซูคริสต์มาก ๆ คุณเอ๊ดเวิร์ดส์ คนบริสุทธิ์คืออาวุธที่ยอดเยี่ยมในพระหัตถ์ของพระเจ้า" (ดู 2 ทิโมธี 2:21) แมคเชย์นพูดถูก และพระประสงค์ของพระเจ้าคือให้คุณเป็นคนบริสุทธิ์—ชำระให้บริสุทธิ์

บทที่ 5

ทำให้ผู้วิพากษ์วิจารณ์พูดไม่ออก

ขอให้คุณนึกภาพชายหนุ่มซึ่งมีความต้องการอย่างจริงจังมาก ๆ ที่จะรู้พระประสงค์ของพระเจ้าสำหรับงานหลักในชีวิตของเขา เขาอุทิศตัวเพื่อพระเจ้าอย่างมาก ถึงขั้นเต็มใจที่จะเป็นมิชชันนารี ซึ่งดูเหมือนจะเป็นการเสียสละขั้นสุดยอดในสายตาของบางคน

แต่ชายหนุ่มเพื่อนของเราคนนี้ แม้เขาจะอุทิศตัว แต่เขามีปัญหาบางอย่าง เขาหัวแข็งนิดหน่อย ดูเหมือนเขาจะมีปัญหาในการเข้ากับคนที่มีอำนาจเหนือเขา แน่นอนเหตุผลที่เขาแข็งข้อนั้นเป็นเหตุผลที่ดี อย่างน้อยก็ในสายตาของเขา

ในที่สุด ชายหนุ่มผู้กำลังแสวงหาพระประสงค์ของพระเจ้าคนนี้ก็นำปัญหาของเขาไปปรึกษาศิษยาภิบาลสูงวัยผู้เฉลียวฉลาดคนหนึ่ง เขาพูดว่า “ผมเชื่อว่าพระเจ้าต้องการให้ผมเป็นมิชชันนารี แต่ผมไม่แน่ใจว่าพระองค์ต้องการให้ผมเป็นมิชชันนารีในประเทศหรือต่างประเทศ”

ศิษยาภิบาลคนนั้นจ้องตาเขาและพูดว่า “พ่อหนุ่ม สิ่งแรกสุดที่คุณจะต้องเป็นก็คือ ‘ผู้ที่ยอมเชื่อฟัง’ คุณจำเป็นต้องเรียนรู้ว่าการยอมฟังคำสั่งหมายความว่ายังไง”

คำพูดนี้แรงไปไหม? ก็อาจจะแรง แต่มันเป็นความจริง อัครทูตเปโตรเขียนไว้ว่า “พวกท่านจงยอมเชื่อฟังผู้มีสิทธิอำนาจ เพราะเห็นแก่องค์พระผู้เป็นเจ้า ไม่ว่าผู้นั้นจะเป็นจักรพรรดิผู้มีอำนาจ หรือจะเป็นบรรดาผู้ว่าราชการเมืองที่จักรพรรดิส่งไปให้ลงโทษผู้ทำชั่วและยกย่องผู้ทำดี เพราะพระเจ้าทรงประสงค์จะให้พวกท่านระงับความโง่ของคนโฉดเขลาด้วยการทำดี” (1 เปโตร 2:13–15)

พระเจ้ามีพระประสงค์ให้คุณทำอะไร? พระองค์ประสงค์ให้คุณยอมเชื่อฟัง พระองค์กำลังพูดถึงการยอมเชื่อฟังแบบไหน? พระคัมภีร์บอกคร่าว ๆ ไว้หลายอย่าง รวมทั้งเชื่อฟังพ่อแม่และผู้เชื่อคนอื่น ๆ แต่ในที่นี้เปโตรเรียกร้องอย่างเจาะจงให้มีการยอมเชื่อฟังแบบที่จะทำให้คุณเป็นพลเมืองดีที่สุดเท่าที่จะเป็นได้ในสังคมที่คุณใช้ชีวิตอยู่

เรากำลังพยายามเข้าถึงใคร? เรากำลังพยายามเข้าถึงโลก ถ้าเราไม่ได้เป็นแบบอย่างของพลเมืองอย่างที่ควรจะเป็นในโลกนี้ เราก็ย่อมทำให้คำพยานของเราเสียหายอย่างแน่นอน พระเจ้าไม่เพียงบัญชาให้เรายอมเชื่อฟังผู้ที่มีสิทธิอำนาจเท่านั้น แต่พระองค์บอกเหตุผลแก่เราอย่างชัดเจนด้วย "เพราะพระเจ้าทรงประสงค์จะให้พวกท่านระงับความโง่ของคนโฉดเขลาด้วยการทำดี" (1 เปโตร 2:15)

คุณรู้ไหมว่าคนที่วิพากษ์วิจารณ์พระคริสต์มองหาอะไรในคริสเตียน? พวกเขามองหาความผิด แล้วเราจะป้องกันไม่ให้พวกเขาเจอความผิดได้อย่างไร? ก็โดยการขจัดความผิดเหล่านั้น เราจำเป็นต้องระงับความโง่ของคนโฉดเขลา

คุณจะทำให้คนที่วิพากษ์วิจารณ์คุณพูดไม่ออกได้อย่างไร? ก็โดยการดำเนินชีวิตที่เป็นแบบอย่างในสังคม นั่นคือประเด็นที่เปโตรต้องการบอก คริสเตียนไม่ใช่พวกปฏิวัติ ถ้ามีวิธีการที่ถูกต้องตามกฎหมายในการทำให้เกิดการเปลี่ยนแปลงที่จำเป็น คริสเตียนจะใช้เส้นทางนั้น คริสเตียนทำงาน คริสเตียนพยายามเป็นคนดีที่สุดเท่าที่จะเป็นได้ และพยายามทำประโยชน์ให้สังคมมากที่สุดเท่าที่จะทำได้ ภายในขอบเขตของกฎหมาย

อย่าใช้เสรีภาพในทางที่ผิดเด็ดขาด อย่าใช้เสรีภาพเป็นข้ออ้างที่จะมีเจตนาร้ายและทำสิ่งชั่วร้าย (1 เปโตร 2:16)

บางคนอาจอดไม่ได้ที่จะพูดว่า "ฉันไม่เชื่อกฎข้อห้ามข้อนี้ พระเจ้าบอกในใจฉันว่ามันผิด ดังนั้นฉันจะฝ่าฝืนกฎหมายข้อนี้ หรือต่อต้านกฎข้อนั้น"

เดี๋ยวนะ! พระคัมภีร์บอกว่าอย่าซุกซ่อนเจตนาร้ายของคุณไว้ภายใต้สิ่งที่เรียกว่าเสรีภาพของคริสเตียน พระเจ้าตรัสว่า "จงให้เกียรติทุกคน จงรักพวกพี่น้อง จงยำเกรงพระเจ้า จงถวายเกียรติแด่จักรพรรดิ" (1 เปโตร 2:17)

ถ้าคุณบังเอิญเป็นลูกจ้างของบางคน ให้คุณ "ยอมอยู่ใต้บังคับนายของพวกท่านด้วยความยำเกรงทุกอย่าง" (2:18) คุณอาจบอกว่า "คุณไม่เข้าใจเจ้านายของฉันหรอก" แต่พระคัมภีร์บอกต่อไปว่า "...ไม่ใช่เฉพาะเจ้านายที่เป็นคนใจดีและเห็นอกเห็นใจเท่านั้น แต่ทั้งเจ้านายที่ร้ายด้วย" คำว่า *ร้าย* หมายความว่า "รับมือได้ยาก" คุณมีเจ้านายที่รับมือได้ยากหรือเปล่า? แล้วคุณควรจะทำอย่างไร? คุณต้องยอมเชื่อฟัง ด้วยความรักและด้วยความเต็มใจ

เขย่าโลก

มีหลายครั้งเหลือเกินที่ผมคิดในใจว่า ถ้าคริสเตียนเรียนรู้ที่จะดำเนินชีวิตแบบที่เปโตรบรรยาย เราคงจะคว่ำโลกได้

(กิจการ 17:6) แต่บางครั้งโลกก็แยกไม่ออกว่าเราต่างจากพวกเขาอย่างไร อัครทูตเปาโลเรียกพวกเราคริสเตียนที่ทำงานให้นายจ้างซึ่งไม่เป็นคริสเตียน ให้ทำงานหนึ่งวันอย่างซื่อสัตย์สมกับค่าจ้างหนึ่งวัน และแสดงให้พวกเขาเห็นว่านั่นเป็นบรรทัดฐานสำหรับคริสเตียน (อฟ. 6:5–8)

ถ้าคุณเป็นพลเมืองของประเทศใด ให้คุณทำตามกฎหมายของประเทศนั้น เพื่อคนอื่นจะรู้ว่าความเชื่อศรัทธาของคุณเป็นของแท้ คือรู้ว่าความเชื่อศรัทธานั้นครอบคลุมและมีอิทธิพลถึงทุก ๆ ด้านในชีวิตของคุณ ผมรู้สึกไม่สบายใจเสมอเวลาเจอคนติดคติพจน์แบบคริสเตียนไว้ที่กันชน แต่ขับรถปาดไปปาดมาเหมือนคนบ้า

เปาโลยังส่งเสริมหลักการเรื่องการเป็นพลเมืองดีนี้เพิ่มเติม เขากล่าวว่าเวลาคริสตจักรเลือกผู้อาวุโสคนหนึ่ง พวกเขาต้องเลือกคนที่ไม่มีที่ติ (1 ทิโมธี 3:10)

คุณอาจถามว่า “ฉันจะต้องทำตามกฎหมายทุกข้อในบ้านเมืองนี้เหรอ?” ถูกต้อง กฎหมายทุกข้อ ถึงคุณไม่เห็นด้วยกับกฎหมายเหล่านั้น มันก็ไม่ได้เปลี่ยนแปลงเรื่องนี้ จงทำตามกฎหมายเหล่านั้น ทีนี้ถ้าคุณรู้วิธีที่จะใช้วิธีการทางการเมืองเพื่อเปลี่ยนแปลงกฎหมายที่ไม่ดี นั่นก็ดี แต่ตราบใดที่กฎหมายเหล่านั้นยังไม่เปลี่ยน จงทำตามกฎหมายเหล่านั้น

แต่ถ้ากฎหมายเหล่านั้นบอกให้คุณทำบางสิ่งที่ฝ่าฝืนการเปิดเผยและพระบัญชาที่ชัดเจนของพระเจ้าล่ะ? ถ้าเป็นอย่างนั้นก็อย่าทำตามกฎหมายเหล่านั้น นั่นเป็นข้อยกเว้นเดียว นั่นคือสิ่งที่เกิดขึ้นเมื่อผู้มีอำนาจชาวยิวควบคุมตัวเปโตรกับยอห์น พวกเขาบอกเปโตรกับยอห์นว่าอย่าเทศนาในพระนามของพระเยซูอีกต่อไป แต่เปโตรกับยอห์นตอบว่า "เราควรเชื่อฟังพวกท่านหรือควรเชื่อฟังพระเจ้า ขอพวกท่านพิจารณาดู" แล้วพวกเขาก็ออกจากที่นั่นไปและเริ่มเทศนา (ดู กิจการ 4:18–20) เวลาเดียวที่ผู้เชื่อสามารถฝ่าฝืนกฎหมายบ้านเมืองได้ก็คือ เมื่อกฎหมายนั้นห้ามไม่ให้พวกเขาทำสิ่งที่พระเจ้าทรงบัญชาโดยตรงให้พวกเขาทำ หรือเมื่อกฎหมายนั้นสั่งให้พวกเขาทำสิ่งที่พระเจ้าห้าม

ผมกำลังบอกอะไร? ในโลกนี้พระเจ้าต้องการให้เราเป็นพลเมืองแบบที่จะดึงดูดความสนใจจากโลก เราจำเป็นต้องแตกต่าง เราจำเป็นต้องมีคุณสมบัติของเกลือและแสงสว่าง (มัทธิว 5:13–16) และนั่นรวมถึงการยอมเชื่อฟัง ซึ่งเป็นสิ่งที่พระคัมภีร์บัญชาไว้อย่างชัดเจน

บทที่ 6

เผชิญหน้าการต่อต้าน

หลายคนที่อยากจะเป็นสาวกของพระเยซู มาหาพระองค์พร้อมกับความใฝ่ฝันว่าพวกเขาจะยิ่งใหญ่ ซึ่งเป็นสิ่งที่ดีในสถานการณ์ของพวกเขา พระเยซูบอกให้พวกสาวกหยุดเถียงกันว่าในพวกเขาใครจะเป็นใหญ่ที่สุด และบอกพวกเขาว่าความยิ่งใหญ่ที่แท้จริงนั้นมีหัวใจสำคัญอยู่ที่การรับใช้คนอื่น (มก. 9:33–35) แต่พระเยซูก็สนับสนุนที่พวกเขาปรารถนาจะเป็นใหญ่ด้วย เช่นในประโยคที่พระองค์ตรัสว่า "พวกท่านที่ติดตามเรามาจะได้นั่งบน

บัลลังก์สิบสองที่ พิพากษาชนอิสราเอลสิบสองเผ่า” (มัทธิว 19:28)

แต่ในพระประสงค์ของพระเจ้า ความยิ่งใหญ่นั้นมาหลังการทนทุกข์ และมักจะตามหลังไกลมาก ถ้าคุณตกลงติดตามพระเยซูด้วยใจที่นึกถึงความยิ่งใหญ่ คุณควรจะรู้ไว้ว่าการทนทุกข์จะมาก่อน มิเช่นนั้นพระประสงค์ของพระเจ้าอาจเริ่มดูเหมือนไม่น่าปรารถนา หลังจากคุณเดินตามทางนี้ไปได้ไม่นาน

ชายคนหนึ่งมาหาพระเยซู เขาบอกว่าเขาต้องการทำตามพระประสงค์ขององค์พระผู้เป็นเจ้า เขาประกาศว่า “ท่านไปทางไหน ข้าพเจ้าจะตามท่านไปทางนั้น”

พระเยซูตอบว่า “หมาจิ้งจอกยังมีโพรงและนกในอากาศก็ยังมีรัง แต่บุตรมนุษย์ไม่มีที่ที่จะวางศีรษะ” (ลูกา 9:57–58) พระองค์ต้องการให้ผู้ที่ต้องการจะเป็นสาวกของพระองค์รู้ว่า พระประสงค์ของพระเจ้านั้นมีการทนทุกข์รวมอยู่ด้วย

อัครทูตเปโตรเขียนไว้ว่า “และหลังจากพวกท่านทนทุกข์ชั่วเวลาหนึ่งแล้ว พระเจ้าแห่งพระคุณทั้งสิ้น ผู้ได้ทรงเรียกให้พวกท่านเข้าในศักดิ์ศรีนิรันดร์ของพระองค์ในพระคริสต์ พระองค์เองก็จะทรงฟื้นฟู จะทรงค้ำจุนให้มั่นคง จะทรงเสริมเรี่ยวแรง และจะทรงให้พวกท่านตั้งมั่นอยู่”

(1 เปโตร 5:10) การทนทุกข์นั้นเป็นราคาสำหรับเส้นทางของคริสเตียน

นั่นคือเหตุผลที่อัครทูตเปโตรได้เขียนไว้อีกเช่นกันเกี่ยวกับ "คนทั้งหลายที่ทนทุกข์ตามพระประสงค์ของพระเจ้า" (1 เปโตร 4:19)

บางคนอาจบอกว่า "ฉันควรจะทนทุกข์ด้วยเหรอ เรื่องนั้นฉันผ่านมาแล้วนะ ฉันทนทุกข์มาแล้วจริง ๆ ฉันแบกกางเขนของจริงมาแล้ว พ่อแม่ฉันนั่นแหละกางเขนของฉัน" หรือ "สามี/ภรรยาฉันนั่นแหละกางเขนของฉัน" หรือ "แม่ยาย/แม่สามีฉันนั่นแหละกางเขนของฉัน"

แต่นั่นไม่ใช่การทนทุกข์แบบที่เปโตรพูดถึง เขาเขียนว่า "เพราะว่าการทนทุกข์เพราะทำดี ถ้าเป็นพระประสงค์ของพระเจ้า ก็ดีกว่าการทนทุกข์เพราะทำชั่ว" (1 เปโตร 3:17) เราจะต้องทนทุกข์ไม่ใช่เพราะเราไม่ได้เป็นคนแบบที่เราควรเป็นเมื่อเราอายุน้อยกว่านี้ ไม่ใช่เพราะเราไม่ถูกกับคนอื่น เป็นคนบูดบึ้ง เจ้าอารมณ์ หรือทำอะไรบางอย่างไม่ถูก แต่เราควรจะทนทุกข์เพราะเราทำสิ่งที่ถูกต้อง

เมื่อเหตุการณ์เช่นนั้นเกิดขึ้น เปโตรกล่าวว่า "แต่จงชื่นชมยินดีเสมอ ที่ได้มีส่วนร่วมในความทุกข์ยากของพระคริสต์" (1 เปโตร 4:13) คุณควรจะมีความสุขเพราะเรื่องนั้น "ถ้าพวกท่านถูกด่าเพราะพระนามของพระคริสต์

พวกท่านก็เป็นสุข เพราะว่าพระวิญญาณแห่งพระสิริคือพระวิญญาณของพระเจ้าสถิตกับพวกท่าน แต่อย่าให้ใครในพวกท่านทนทุกข์ฐานเป็นฆาตกร หรือเป็นขโมย หรือเป็นคนทำชั่ว หรือเป็นคนที่เที่ยวยุ่งกับธุระของคนอื่น" (1 เปโตร 4:14–15)

พระคัมภีร์ตอนนี้กล่าวต่อไปว่า "แต่ถ้าทนทุกข์เพราะได้ชื่อว่าเป็นคริสตชน ..." (ข้อ 16) คุณเข้าใจไหมว่าเปโตรกำลังพูดเรื่องอะไร? คุณเห็นไหมว่าอะไรคือราคาของเส้นทางนี้? ถ้าคุณเป็นคริสเตียนที่ดำเนินชีวิตในทางของพระเจ้าในโลกที่ไม่เดินในทางของพระเจ้า คุณจะทนทุกข์

อัครทูตเปาโลกล่าวไว้แบบนี้ "แท้จริงทุกคนที่ตั้งใจจะดำเนินชีวิตตามทางพระเจ้าในพระเยซูคริสต์จะถูกข่มเหง" (2 ทิโมธี 3:12)

คุณอาจจะบอกว่า "แต่ฉันไม่ถูกข่มเหงเลย" ถ้าอย่างนั้นคุณก็อาจไม่ได้ดำเนินชีวิตในทางของพระเจ้าเมื่อต้องเผชิญหน้ากับโลกนี้ แต่ถ้าคุณทนทุกข์ มันก็เป็นสิ่งที่ยอดเยี่ยม พระวิญญาณแห่งพระคุณและพระสิริประทับอยู่เหนือคุณ (1 เปโตร 4:14)

การประกาศข่าวประเสริฐไม่ใช่งานเฉพาะสำหรับนักเทศน์ มันเป็นงานของคุณ และมันไม่ได้เสร็จแค่การแจกใบปลิวไปทุกที่ ถึงแม้ว่านั่นจะดีแค่ไหนก็ตาม การ

ประกาศข่าวประเสริฐนั้นรวมถึงการดำเนินชีวิตในทางของพระเจ้าเมื่อต้องเผชิญหน้ากับโลกที่ไม่เดินในทางของพระเจ้า และนั่นจะนำการข่มเหงมาหาเรา เพราะโลกนี้ไม่ชอบพระเยซู

ไปอยู่ในป่าหรือเปล่า?

ขอให้พิจารณาถ้อยคำของเปาโลที่บันทึกไว้ในฟีลิปปี 1:29 "เพราะพระเจ้าทรงให้พระคุณแก่ท่านเพราะเห็นแก่พระคริสต์ ไม่ใช่ให้ท่านทั้งหลายเชื่อในพระองค์เท่านั้น แต่ให้ทนทุกข์ยากเพราะเห็นแก่พระองค์ด้วย" ตรงนี้มีบางอย่างที่น่าตกใจมาก การทนทุกข์นี้เชื่อมโยงกับความเชื่อศรัทธา พระคัมภีร์ไม่เคยเห็นคริสเตียนคนไหนในยุคสมัยไหนที่ไม่ทนทุกข์ เพราะทุกคนที่ดำเนินชีวิตตามทางของพระเจ้าในโลกนี้จะเจอกับการต่อต้านที่โลกขว้างปาใส่ ถ้าคุณกำลังใช้ชีวิตเหมือนเต้นรำพลิ้วไปอย่างสบาย นั่นก็หมายความว่าคุณไม่ได้ดำเนินชีวิตในทางของพระเจ้า หรือไม่คุณก็ดำเนินชีวิตแบบนั้นเหมือนหลบอยู่ในป่า ในที่ซึ่งโลกที่ต่อต้านพระเจ้ามองไม่เห็นคุณ

พระคัมภีร์แสดงให้เห็นวิธีที่เราสามารถดำเนินชีวิตตามทางของพระเจ้าในโลกที่ต่อต้านพระเจ้าได้อย่าง

ประสบความสำเร็จ กิจการบทที่ 4 บันทึกว่าเปโตรเทศนาเหมือนโยนระเบิดใส่พวกผู้นำของอิสราเอล เขาจี้ใจคนเหล่านั้นหลายครั้งจนผมแปลกใจที่พวกเขาไม่เอาหินขว้างเปโตรเสียตรงนั้นเลย พอเปโตรเทศนาเสร็จ พระคัมภีร์ในภาษาเดิมกล่าวว่าคนยิวเหล่านั้น “วางมือ” บนเปโตรและยอห์น (ข้อ 3) เราแน่ใจได้ว่านั่นไม่ใช่การวางมือสถาปนาแต่งตั้งพวกเขา! แต่มันหมายถึงการจับพวกเขาไปขัง แต่ผลจากคำเทศนาของเปโตรก็คือคนมากมายมาเชื่อ จำนวนผู้ชายที่มาเชื่อเพิ่มขึ้นเป็นห้าพันคน และบางทีอาจมีผู้หญิงและเด็กอีกห้าพันคน ในเวลาที่คริสตจักรมีอายุเพียงไม่กี่สัปดาห์ พวกเขาอาจจะนำคนมาเชื่อถึงสองหมื่นคน และในบทต่อจากนั้น เราได้ยินเรื่องการทวีคูณ แต่พระคัมภีร์ไม่ได้บอกเราว่ามากแค่ไหน เพราะมันมากเกินจะนับได้!

แต่ให้เรากลับไปดูเปโตรกับยอห์นซึ่งถูกจับขังคุกคืนนั้น ในตอนเช้าพวกเขาถูกพาตัวออกมา และถูกตั้งคำถามว่า “เจ้าทั้งสองทำการนี้โดยฤทธิ์เดชหรือโดยนามของใคร?” (กิจการ 4:7)

ผมจินตนาการว่าเปโตรคงคิดว่า *คำถามนี้ยอดมาก เขารู้ไหมนี่ว่าเขาพูดอะไรออกมา? ข้าจะได้ตอบคำถามนี้*

ในแง่หนึ่งซาตานก็โง่เขลา มันทำอะไรเกินตัว มันคิดว่า *ข้าจะจัดการพวกมัน ข้าจะทำให้พวกมันถูกจับ* คุณรู้ไหมว่าเกิดอะไรขึ้น? พวกเขาถูกตบต่อหน้าสภาแซนเฮดริน (คณะผู้นำสูงสุดของอิสราเอล) และพวกเขาได้ประกาศพระเยซูแก่สภาแซนเฮดริน นี่เป็นโอกาสที่พวกเขาคงจะหาไม่ได้ ถ้าซาตานไม่ได้จัดแจงให้ ซาตานทำแบบนั้นตลอด มันจับเปาโลขังในคุกเมืองฟีลิปปี แล้วนายคุกกับทั้งครอบครัวก็ได้รับความรอด มันจับพระเยซูตรึงกางเขน แล้วเกิดอะไรขึ้น? พระเยซูทรงไถ่โลกนี้ ซาตานไม่รู้จริง ๆ ว่ามันกำลังจะเจออะไร และพระเจ้าทรงมีอำนาจอธิปไตยสูงสุด

เปโตรกับยอห์นเข้าไปมีส่วนร่วมในเรื่องนี้ และพวกเขาก็แค่ทนรับความทุกข์ยาก พวกเขาไม่ทะเลาะเบาะแว้ง ไม่มีการต่อสู้ วิ่งหนี หลบอยู่หลังระเบียงหรืออะไรทำนองนั้น พวกเขาเดินหน้าด้วยความมั่นใจว่านี่เป็นโอกาสของพระเจ้า

"ขณะนั้นเปโตรเต็มเปี่ยมด้วยพระวิญญาณบริสุทธิ์" (กิจการ 4:8) เขาประกาศพระนามของพระเยซูคริสต์ และจบด้วยคำเชื้อเชิญตามแนวทางการประกาศข่าวประเสริฐแบบดั้งเดิม "ในผู้อื่นความรอดไม่มีเลย เพราะว่านามอื่น

ซึ่งให้เราทั้งหลายรอดได้นั้น ไม่โปรดให้มีท่ามกลางมนุษย์ทั่วใต้ฟ้า" (ข้อ 12)

ไม่ทำอะไรผิดระเบียบ

ขอให้คุณนึกภาพเปโตรยืนอยู่ในห้องโถงซึ่งสร้างด้วยหินสกัดใกล้ ๆ กับพระวิหาร สมาชิกสภาแซนเฮดรินทั้งหมดนั่งอยู่ที่นั่น รวมทั้งคายาฟาส ซึ่งนั่งประจำตำแหน่งอยู่ด้านหลังคนเหล่านั้นบนเก้าอี้มหาปุโรหิต เปโตรประกาศพระเยซูและเขาไม่ได้พูดอะไรผิดระเบียบ เพราะก่อนหน้านี้คนเหล่านั้นถามเขาว่าเขารักษาคนง่อยที่ประตูงามด้วยนามใด และเขาก็แค่ตอบคนเหล่านั้นอย่างซื่อตรง

แล้วการทนทุกข์ก็เลวร้ายลงอีก

ผู้มีอำนาจเหล่านั้นสั่งเปโตรกับยอห์นว่าห้ามพูดหรือสอนในพระนามของพระเยซู (กิจการ 4:18) เปโตรกับยอห์นตอบว่า "เฉพาะพระพักตร์พระเจ้าเราควรเชื่อฟังพวกท่านหรือควรเชื่อฟังพระเจ้า ขอพวกท่านพิจารณาดู" (ข้อ 19) นั่นเป็นคำถามซึ่งสภาแซนเฮดรินลำบากที่จะตอบ เพราะพวกเขาคิดว่าตัวเองเคร่งศาสนา และบอกว่าตนเชื่อในพระเจ้า ถ้าพวกเขาตอบว่า "เจ้าควรจะเชื่อฟังเราแทนที่จะเชื่อฟังพระเจ้า" มันก็จะทำให้พวกเขาอยู่ฝ่าย

ตรงข้ามกับพระเจ้าอย่างชัดเจน แต่ถ้าพวกเขาตอบว่า “เจ้าควรจะเชื่อฟังพระเจ้า ไม่ใช่พวกเรา” มันก็จะทำให้พวกเขาอยู่ฝ่ายตรงข้ามกับพระเจ้าเช่นกัน และจะทำให้สาวกสองคนนี้พ้นข้อกล่าวหา เปโตรทำให้พวกเขาอึ้ง

ผู้มีอำนาจเหล่านั้นสั่งสอนเปโตรกับยอห์น แล้วก็ข่มขู่พวกเขาเพิ่มเติม พวกเขาหาวิธีลงโทษเปโตรกับยอห์นไม่ได้ เพราะพวกเขากลัวประชาชน พวกเขาจึงปล่อยเปโตรกับยอห์นไป

เปโตรกับยอห์นรีบกลับไปยังที่ประชุมของคริสเตียน และพวกเขาทั้งหมดก็มีช่วงเวลาที่ยอดเยี่ยมในการสรรเสริญพระเจ้า แล้วพวกเขาก็อธิษฐาน พวกเขาไม่ได้อธิษฐานว่า “ข้าแต่พระเจ้า โปรดปกป้องพวกเรา พวกนั้นกำลังตามล่าเรา”

พวกเขาอธิษฐานว่า “บัดนี้ พระองค์เจ้าข้า ขอทอดพระเนตรการข่มขู่ของพวกเขา และทรงให้บรรดาผู้รับใช้ของพระองค์กล่าวถ้อยคำของพระองค์ด้วยใจกล้า” (กิจการ 4:29)

พวกเขาไม่ได้อธิษฐานว่า “โปรดช่วยพวกเรา” แต่พวกเขาอธิษฐานว่า “โปรดประทานฤทธิ์เดชแก่เรา และใช้เรากลับไปอีก”

“เมื่อเขาทั้งหลายอธิษฐานแล้ว ที่ซึ่งพวกเขาประชุมอยู่นั้นก็หวั่นไหว แล้วพวกเขาเต็มเปี่ยมด้วยพระวิญญาณบริสุทธิ์และกล่าวพระวจนะของพระเจ้าด้วยใจกล้าหาญ” (ข้อ 31)

พระคัมภีร์ข้อต่อไปบอกว่าอะไร? “คนทั้งหลายที่เชื่อนั้น ...” (ข้อ 32) พวกเขาเกิดผล! พวกเขาออกไปและคว่ำเมืองนั้น

นี่เป็นสิ่งที่สวยงาม เห็นไหม เพราะพวกเขายอมทนทุกข์ พวกเขาเผชิญหน้ากับโลกนี้อย่างกล้าหาญ พวกเขาไม่ยอมถอย พวกเขาไม่หนีงาน หรือหันไปใช้กลวิธีประกาศแบบไม่ต้องเผชิญหน้าอย่างในภาพยนตร์เรื่อง “เรือเหาะข่าวประเสริฐ” (Gospel Blimp) พวกเขาไม่พยายามแอบสอดข่าวประเสริฐลงไปในกระเป๋ากางเกงคนอื่น พวกเขาเผชิญหน้ากับโลกตรง ๆ ด้วยสิ่งต่าง ๆ ที่พระคริสต์ยืนยันและด้วยความรัก และพวกเขาพร้อมจะเจออะไรก็ได้ที่จะเกิดขึ้น แล้วคุณรู้ไหมว่าอะไรเกิดขึ้น? พวกเขาได้โอกาสแบบที่พวกเขาจะไม่ได้ถ้าพวกเขาไม่ทำอย่างนั้น และพระเจ้าประทานความกล้าให้พวกเขามากยิ่งกว่าที่เคย

ปัญหาอย่างหนึ่งของการประกาศข่าวประเสริฐในปัจจุบันก็คือ คริสเตียนไม่เต็มใจที่จะยืนเผชิญหน้า

กับโลก และบอกโลกเรื่องพระเยซูคริสต์ตามความเป็นจริง ข่าวประเสริฐถูกทำให้อ่อนลงเพื่อให้เข้ากับอคติของทุกคนได้ เราต้องการความกล้า น่าเศร้าที่ความกล้าของเปโตรกับยอห์นนั้นห่างไกลจากสิ่งที่พวกเราส่วนใหญ่มีประสบการณ์ในชีวิต ผมขออธิษฐานต่อพระเจ้าขอพระองค์ประทานความกล้าให้พวกเรามากขึ้น

เผชิญหน้ากับกลุ่มหัวรุนแรง

ครั้งหนึ่งผมได้รับเชิญไปบรรยายที่วิทยาลัยแห่งหนึ่งในลอสแองเจลิส ซึ่งมีนักศึกษาหนึ่งหมื่นห้าพันถึงสองหมื่นคน เขาขอให้ผมบรรยายเรื่องรากฐานทางปรัชญาของคริสต์ศาสนา มีคนจำนวนมากมาฟัง รวมถึงกลุ่มนักศึกษาหัวรุนแรงที่ต่อต้านคริสเตียน และพวกเขามาฟังว่าผมจะพูดอะไร

บางครั้งเวลาคุณเทศนา คุณจะรู้สึกว่าฤทธิ์เดชของพระเจ้าไหลผ่านคุณ มันเหมือนกับว่าคุณแค่ยืนอยู่ตรงนั้น แต่พระเจ้าคือผู้ทำทุกสิ่ง พระเจ้าประทานความคิดที่แจ่มชัดและน้ำเสียงที่ไหลลื่นแก่ผม ห้องบรรยายนั้นเงียบสงัดและผมก็พร้อมแล้วที่จะถูกขว้างปาด้วยมะเขือเทศและไข่ ตลอดหนึ่งชั่วโมงผมบรรยายเรื่องรากฐานทางปรัชญา

ของคริสต์ศาสนา และผมใช้เวลาสิบนาทีสุดท้ายพิสูจน์ว่าพระเยซูคือพระเมสสิยาห์

พอผมพูดจบ องค์กรหัวรุนแรงนั้นก็ยื่นคำขาดให้วิทยาลัยนั้นห้ามอย่างถาวรไม่ให้ผมไปพูดที่นั่นอีก ผมเริ่มได้รับจดหมายหยาบคายและถูกข่มขู่ว่าจะเอาชีวิตผมและครอบครัว พวกเขายังบอกด้วยว่าจะระเบิดคริสตจักรของผมในเช้าวันอาทิตย์ซักวันหนึ่ง ผมเริ่มได้รับโทรศัพท์ด่าหยาบคายและข่มขู่ในเวลาตีสองตีสาม

เป็นครั้งที่สองในชีวิตที่ผมเริ่มตระหนักว่า การเผชิญหน้ากับโลกและเจอความเกลียดชังซึ่งมุ่งหมายไปที่พระเยซูพุ่งเป้ามาที่ผมนั้นเป็นอย่างไร ผมไม่อาจบอกได้ว่าผมเคยเจอประสบการณ์ครั้งไหนที่ทำให้ผมเบิกบานใจและตื่นเต้นมากยิ่งกว่าช่วงเวลานั้น (และมันยังคงเกิดขึ้นเรื่อยมา) ผมเผชิญหน้ากับโลกด้วยความกล้าโดยฤทธิ์เดชจากพระวิญญาณของพระเจ้า และหลายสิ่งก็เกิดขึ้น

วันนั้นผมอาจเลี่ยงการไปวิทยาลัยแห่งนั้นก็ได้ เพราะกลัวว่ามันจะทำลายล้างพันธกิจของผม หรือทำให้ชีวิตผมได้รับอันตราย แต่ผมก็ไป มีนักศึกษาคนหนึ่งมาหาผมหลังจากการประชุมนั้น ในระหว่างที่เรายังอยู่ที่นั่นและยังคงมีความชุลมุน เขามาพูดกับผมว่า “ผมขอไปคุยกับคุณได้ไหม?”

หนึ่งสัปดาห์หลังจากเราได้คุยกัน เขาก็มาที่สำนักงานของผม นั่งลง และพูดว่า "สิ่งที่คุณพูดมีเหตุผล และผมอยากรู้จักพระเยซูคริสต์" เวลานี้เขาเป็นพี่น้องในพระคริสต์ และความรอดของเขาก็เป็นผลลัพธ์จากการที่ผมเข้าไปลุยไฟที่นั่น และเขาได้เพิ่มพูนตัวเองแล้วโดยการนำคนอื่นมาหาพระคริสต์

คุณอาจบอกว่า "แมคอาร์เธอร์ คุณไม่จำเป็นต้องเอาตัวเองเข้าไปเสี่ยงเลย"

โอ้ ผมจำเป็นต้องเสี่ยง ผมเป็นสิ่งที่สูญเสียได้เพื่อเห็นแก่ชายหนุ่มคนหนึ่ง! ถ้าพระเจ้าต้องการแม้กระทั่งให้ผมสละชีวิต ผมก็ควรจะสละชีวิตด้วยความเต็มใจเพื่อเห็นแก่พระองค์ นั่นคือท่าทีของเปาโล เปาโลกล่าวว่าเขาพอใจในความอ่อนแอ ความทุกข์ยาก ความลำบาก แม้กระทั่งในการถูกข่มเหง เพราะเมื่อเขาถูกข่มเหง หลายคนได้รับความรอด และนั่นเป็นสิ่งที่ดี

คริสเตียนเป็นสิ่งที่สูญเสียได้ คุณอาจไม่เจอการต่อต้านทางร่างกาย แต่ก็อาจเจอการข่มเหงทางสติปัญญาแทน คุณอาจถูกสังคมเลิกคบหาสมาคมแบบเงียบ ๆ คนอื่นอาจเดินหนีคุณอย่างสุภาพเวลาคุณไปกดน้ำดื่ม หลายคนอาจมีท่าทีแบบ "ไอ้คนเพี้ยนมานั่นแล้ว" ซึ่งทำให้เกิดปัญหาการสูญเสียความมั่นใจในตัวเอง ทุกคน

ต้องการเหลือเกินที่จะเป็นที่ยอมรับ แต่คุณไม่สามารถเป็นที่ยอมรับของโลกและเกิดผลเพื่อองค์พระผู้เป็นเจ้าได้

ผมไม่ใช่พวกโรคจิตชอบความเจ็บปวด ผมไม่ได้มีความสุขกับการถูกทำร้าย ไม่ว่าเรื่องฝ่ายวิญญาณหรือเรื่องอื่น และผมไม่ได้พูดถึงการเที่ยวพูดว่า “โอ้ ฉันเป็นคนน่าสงสาร ฉันถูกข่มเหง ฉันยังไม่อยู่ฝ่ายวิญญาณอีกเหรอ?” ขอพระเจ้าช่วยเรา ไม่ใช่อย่างนั้น ผมกำลังพูดถึงความเต็มใจที่จะกล้าหาญ เต็มใจที่จะเผชิญหน้ากับโลกและเจออะไรก็ตามที่จะเกิดขึ้น อย่าทำให้ข่าวประเสริฐเจือจางลงเด็ดขาด ถ้าความจริงทำให้คนอื่นไม่พอใจ ก็ให้พวกเขาไม่พอใจไป หลายคนทำให้พระเจ้าไม่พอพระทัยมาทั้งชีวิต ปล่อยให้พวกเขาไม่พอใจไปสักพัก

ขอให้พิจารณาถ้อยคำของเปาโลในจดหมายที่เขาเขียนถึงชาวฟีลิปปี “แต่ถึงแม้ว่าข้าพเจ้าถูกเทดุจเครื่องดื่มบูชาลงบนเครื่องบูชาที่ท่านถวายเพราะความเชื่อข้าพเจ้าก็ยินดีและร่วมยินดีกับพวกท่านทุกคน” (ฟีลิปปี 2:17) เปาโลหมายความว่าอย่างไร? ถ้าผมต้องตายเหมือนเป็นเครื่องบูชาเพื่อให้คุณรอด นั่นก็เป็นเรื่องดี ถ้าผมต้องสละชีวิตเป็นเครื่องบูชาเพื่อความชื่นชมยินดีของคุณผมก็ยินดีมาก

ในจดหมายถึงชาวโคโลสี เปาโลชื่นชมยินดีในความทุกข์ยากของเขา คุณอาจคิดว่าเปาโลเสียสติไปแล้ว แต่เขาไม่ได้เสียสติ เขากล่าวว่า “เวลานี้ข้าพเจ้าชื่นชมยินดีในความทุกข์ยากเพราะเห็นแก่พวกท่าน และความยากลำบากอย่างพระคริสต์ที่ทรงทนเพราะเห็นแก่พระกายของพระองค์คือคริสตจักร ซึ่งยังขาดอยู่นั้น ข้าพเจ้าก็ทนจนครบบริบูรณ์ในเนื้อหนังของข้าพเจ้า” (โคโลสี 1:24) เขาหมายความว่าอย่างไร? โลกนี้อยากจะเล่นงานพระเยซู พวกเขาไม่ได้ข่มเหงคริสเตียนเพราะไม่ชอบคริสเตียน แต่พวกเขาข่มเหงคริสเตียนเพราะพวกเขาไม่ชอบพระเยซู พวกเขาเล่นงานพระเยซูไม่ได้ เพราะพระองค์อยู่ในสวรรค์ พวกเขาจึงเล่นงานคุณและผม

เปาโลกล่าวว่าเขาทนรับความทุกข์ยากซึ่งมุ่งหมายไปที่พระเยซู เขารับความยากลำบากอย่างพระเยซูให้ครบถ้วนในร่างกายของเขา โลกนี้ยังฆ่าพระเยซูไม่เสร็จ เปาโลยืนขวางทางโลก เพื่อเขาจะตายเพื่อพระองค์ผู้ทรงตายเพื่อเขา และเช่นเดียวกัน เราก็ควรนับเป็นเรื่องน่ายินดีที่จะยืนรับลูกธนูซึ่งมุ่งหมายไปที่พระเยซู

เปาโลกล่าวว่า “ข้าพเจ้ามีรอยประทับตราของพระเยซูติดอยู่ที่กายของข้าพเจ้าแล้ว” (กท. 6:17) แผลเป็นเหล่านี้

มันไม่ใช่สำหรับผม แต่สำหรับพระเยซู แต่ผมรับรอยแผลเหล่านี้เพื่อพระองค์ คุณเต็มใจจะทนทุกข์เพื่อพระเยซูผู้ทรงทนทุกข์เพื่อคุณหรือไม่? คุณเต็มใจจะเผชิญหน้ากับโลกนี้หรือไม่? นั่นเป็นพระประสงค์ของพระเจ้า

บทที่ 7

คือคุณนั่นแหละ

พระประสงค์ของพระเจ้าคือให้คุณได้รับความรอด เต็มเปี่ยมด้วยพระวิญญาณ ถูกชำระให้บริสุทธิ์ ยอมเชื่อฟังและทนทุกข์ พระวจนะของพระเจ้าบอกทั้งหมดนี้ไว้อย่างชัดเจน อย่าเพิ่งอ่านต่อไปจนกว่าคุณจะเข้าใจหลักการห้าข้อนี้จริง ๆ

คุณอาจบอกว่า "แมคอาร์เธอร์ ไหนคุณจะบอกฉันว่าฉันควรไปเรียนที่ไหน ไหนคุณจะบอกฉันว่าพระประสงค์เฉพาะเจาะจงของพระเจ้าคืออะไร คุณยังไม่ได้บอกฉันเลย"

ได้สิ งั้นผมขอบอกหลักการข้อสุดท้าย แต่ขอให้คุณจับเก้าอี้ไว้แน่น ๆ คุณอาจจะอยากลุกขึ้นมากระโดดและร้องตะโกน ถ้าคุณกำลังทำตามหลักการพื้นฐานทั้งห้าข้อนี้ คุณรู้ไหมว่าหลักการข้อต่อไปสำหรับพระประสงค์ของพระเจ้าคืออะไร? หลักการข้อต่อไปคือ *ทำอะไรก็ได้ที่คุณต้องการ!* ถ้าองค์ประกอบแห่งพระประสงค์ของพระเจ้าทั้งห้าข้อนี้ทำงานอยู่ในชีวิตคุณ ใครคือผู้สั่งการความต้องการของคุณ? พระเจ้า! ผู้เขียนพระธรรมสดุดีกล่าวว่า "จงปีติยินดีในพระยาห์เวห์ และพระองค์จะประทานตามใจปรารถนาของท่าน" (สดุดี 37:4) พระเจ้าไม่ได้บอกว่าพระองค์จะทำตามความปรารถนาทุกอย่างที่มีอยู่ แต่ถ้าคุณดำเนินชีวิตในทางของพระเจ้า พระองค์จะประทานความปรารถนาที่ถูกต้องแก่คุณ

หลายคนถามผมว่า "ทำไมคุณมาทำงานรับใช้ปัจจุบันทั้งที่ก่อนหน้านี้คุณมีพันธกิจที่น่าพอใจในด้านอื่น?"

ทุกครั้งผมจะตอบว่า "เพราะผมอยากทำ"

"อ๋อ คุณทำตามใจตัวเอง"

เคยมีเพื่อนคนหนึ่งมาหาผมและพูดว่า "จอห์น ผมไม่รู้ว่าพระเจ้าต้องการให้ผมรับใช้ที่ไหน"

ผมตอบเขาว่า "มาร์ตี้ ถ้าคุณสามารถเลือกได้เองว่าจะทำงานรับใช้แบบไหนก็ได้ในโลกนี้ คุณอยากจะทำอะไร?"

เขาตอบว่า "โอ้ ผมมีภาระใจมากกับอิสราเอลชนชาติของผม ผมพูดภาษาฝรั่งเศสได้คล่อง และปารีสก็เต็มไปด้วยคนยิวที่ไม่รู้จักพระเยซู โดยส่วนตัวแล้วผมอยากไปปารีสเพื่อเป็นมิชชันนารีประกาศกับคนยิว"

ผมตรวจสอบเขาด้วยหลักการฝ่ายวิญญาณห้าข้อนี้และถามว่า "มาร์ตี้ คุณทำทั้งหมดนี้หรือยัง?"

เขาตอบว่า "ครับ ผมเชื่ออย่างจริงใจว่าผมอุทิศชีวิตให้พระคริสต์จริง ๆ ในด้านต่าง ๆ เหล่านี้"

ผมบอกเขาว่า "งั้นมาร์ตี้ ลาก่อน ขอให้มีความสุขกับการเดินทาง"

เขาลังเลและพูดว่า "แต่ผมต้องเขียนจดหมายไปถึงคณะกรรมการส่งมิชชันนารีสี่สิบสองแห่ง"

ผมบอกเขาว่า "ไม่ต้องครับ ไปเลย"

เขาบอกว่า "แต่นี่เป็นเพียงความปรารถนาของผมนะ"

"งั้นก็ให้คุณไว้วางใจพระเจ้าผู้ใส่ความปรารถนานั้นไปได้แล้วครับ"

เขาเข้าร่วมกับพันธกิจด้วยความเชื่อแห่งหนึ่ง และลงชื่อว่าต้องการไปฝรั่งเศส เราติดป้ายขนาดใหญ่ในคริสตจักรของเรา มีข้อความว่า "มาร์ตี้ วูล์ฟไปฝรั่งเศส" เขาระดมทุนสนับสนุนสำหรับตัวเองทั้งหมด และปัจจุบันเขากำลังรับใช้พระคริสต์—ในประเทศแคนาดา

มันเกิดอะไรขึ้น? คำตอบคือเมื่อเขาเป็นคนที่เหมาะสม ก็ไม่มีปัญหาใหญ่อะไรว่าเขาจะไปที่ไหน เวลานี้เขาอยู่ในเมืองมอนทรีออล ทำงานกับคนยิวที่พูดภาษาฝรั่งเศส เขามีความคิดที่ถูกต้อง แต่พระเจ้ามีอีกเมืองหนึ่งสำหรับเขา

เรื่องนี้ช่วยหยิบยกหลักการสำคัญมากอีกข้อหนึ่ง ขอให้คุณนึกภาพว่าคุณกำลังพยายามหมุนพวงมาลัยและเปลี่ยนทิศทางของรถบรรทุกหัวลากที่จอดอยู่ มันเป็นงานยากมาก ๆ จะต้องใช้ปั้นจั่นยักษ์กับโซ่เส้นโต ๆ ถึงจะขยับมันได้เพียงน้อยนิด แต่ถ้ามันแล่นอยู่ รถบรรทุกน้ำหนักสิบหกตันก็บังคับได้ไม่ยาก

เมื่อมาร์ตี้เคลื่อนที่แล้ว พระเจ้าก็ทำหน้าที่บังคับพวงมาลัยด้วยแขนอันทรงพลังแห่งพระประสงค์ของพระองค์ และมันก็ง่ายมาก ผมคิดว่าพระเจ้าสามารถลากปั้นจั่นสวรรค์มาใช้ ยกมาร์ตี้ขึ้นมา และผลักเขาไปในทิศทางที่ถูกได้ แต่พระองค์ชอบใช้คนที่เคลื่อนไหวอยู่แล้ว

ให้คุณลองฟังคำอธิบายพระคัมภีร์ตอนนี้ เกี่ยวกับอัครทูตที่ยิ่งใหญ่ที่สุดคนหนึ่ง “ขณะที่เปโตรเดินทางไป ๆ มา ๆ ทั่วทุกแห่งนั้น ท่านก็ลงไปหาพวกธรรมิกชนที่อาศัยอยู่ในเมืองลิดดาด้วย เปโตรพบคนหนึ่งชื่อไอเนอัสที่นั่น เขาเป็นอัมพาตต้องนอนอยู่บนเตียงมาแปดปีแล้ว เปโตรกล่าวกับเขาว่า ‘ไอเนอัส พระเยซูคริสต์ทรงให้

ท่านหายโรค จงลุกขึ้นเก็บที่นอนของท่านเถิด' ทันใดนั้นไอเนอัสก็ลุกขึ้น เมื่อคนทั้งหลายที่อยู่ในเมืองลิดดาและที่ราบชาโรนเห็นแล้วก็กลับใจมาหาองค์พระผู้เป็นเจ้า" (กิจการ 9:32–35)

เรื่องราวอันน่าตื่นเต้นนี้บันทึกว่าพระเจ้าทรงใช้เปโตรไปรักษาคนป่วย และเริ่มการฟื้นฟู ช่างเป็นประสบการณ์ที่เป็นพระพรจริง ๆ ที่ได้รับใช้ตามพระประสงค์ขององค์พระผู้เป็นเจ้า และสิ่งที่ซ่อนอยู่อย่างเรียบร้อยในเหตุการณ์นี้ก็คือความคิดสั้น ๆ ง่าย ๆ ที่บอกว่า "ขณะที่เปโตรเดินทางไป ๆ มา ๆ ทั่วทุกแห่งนั้น."

เปโตรเคลื่อนไหวอยู่แล้ว เขาพร้อมสำหรับโอกาสที่จะเปิดให้ และนั่นคือเวลาที่พระเจ้าทรงนำเขาไปเมืองลิดดา ขอให้จำไว้ว่าพระเจ้าเตรียมพันธกิจที่เข้มข้นที่สุดไว้สำหรับธรรมิกชนที่งานยุ่งที่สุดของพระองค์

ในพระธรรมปฐมกาล เราได้เห็นตัวอย่างที่น่าสนใจมากของความจริงเดียวกันนี้ "และ[เขา]อธิษฐานว่า 'สรรเสริญพระยาห์เวห์พระเจ้าของอับราฮัมนายของข้าพระองค์ ผู้ไม่ได้ทรงทอดทิ้งความรักมั่นคง และความซื่อสัตย์ของพระองค์ต่อนายของข้าพระองค์ ส่วนข้าพระองค์นั้นพระเจ้าทรงนำมาตามทางจนถึงบ้านหมู่ญาติของนายข้าพระองค์'" (ปฐก. 24:27) คนรับใช้คนนี้ถูก

อับราฮัมใช้ให้ไปหาภรรยาให้อิสอัค เขาไม่รู้ด้วยซ้ำว่าจะต้องมองหาใครหรือมองหาอะไร แต่เขากำลังมีส่วนในงานรับใช้ และองค์พระผู้เป็นเจ้าทรงรับช่วงต่อจากตรงนั้น

จงเข้าไปอยู่ในกระแสหลักของสิ่งที่พระเจ้ากำลังทำ และปล่อยให้พระองค์นำคุณไปสู่พระประสงค์อันสมบูรณ์นั้น

ในการเดินทางประกาศข่าวประเสริฐเที่ยวที่สองของเปาโล เขาได้ทำพันธกิจสำเร็จตามที่พระเจ้ามีแผนการไว้สำหรับแคว้นกาลาเทียแคว้นใหญ่โตในจักรวรรดิโรมันเขาประสบความสำเร็จในการหนุนใจธรรมิกชนให้เข้มแข็งและมั่นคง งานสำหรับเวลานั้นเสร็จแล้ว แต่เปาโลยังไม่เสร็จ เขากำลังเคลื่อนที่ เขาเป็นแบบแผนของความพากเพียรไม่ลดละ

เปาโลมุ่งหน้าไปทางตะวันตก โดยไม่รู้อย่างเฉพาะเจาะจงว่าพระประสงค์ของพระเจ้าคืออะไร แต่เขาก็เคลื่อนที่ไปเพื่อพระเจ้าจะบังคับพวงมาลัยเขาได้ แคว้นต่อไปคือเอเชียไมเนอร์ ซึ่งมีเมืองต่าง ๆ อย่างเอเฟซัส สเมอร์นา ฟีลาเดลเฟีย เลาดีเซีย โคโลสี ซาร์ดิส เปอร์กามัม และธิยาทิรา เปาโลเดินทางไปกับสิลาสและทิโมธี ไปสู่แคว้นเอเชียไมเนอร์ พวกเขาตื่นเต้นกับโอกาสที่จะนำข่าวประเสริฐไปถึงผู้คนที่นั่น

แต่ทันใดนั้นก็เหมือนมีกำแพงคอนกรีตมากั้นบนทางหลวง พระวิญญาณบริสุทธิ์ห้ามไม่ให้พวกเขาประกาศข่าวประเสริฐในแคว้นเอเชีย (กิจการ 16:6) เราไม่รู้ว่าพระเจ้าห้ามพวกเขาอย่างไร แต่พระองค์ห้าม ประตูที่ปิดทำให้พวกเขาเปลี่ยนทิศทาง พวกเขาจึงขึ้นเหนือไปยังแคว้นมิเซีย หวังว่าจะเข้าไปในแคว้นบิธีเนีย แต่ "พระวิญญาณของพระเยซูไม่โปรดให้ไป" (ข้อ 7) เจอกำแพงขวางถนนอีกแล้ว พวกเขาถูกห้ามไม่ให้ขึ้นเหนือและลงใต้ และไม่ให้ไปแคว้นกาลาเทียทางตะวันออก จะทำอย่างไรล่ะทีนี้? เมื่อถึงจุดนี้เราก็อาจจะพูดว่า "ประตูปิดหมดแล้ว สงสัยเราน่าจะต้องกลับบ้าน" แต่เปาโลไม่ได้พูดอย่างนั้น ยังเหลือทิศตะวันตก พวกเขาจึงเลียบพรมแดนระหว่างแคว้นเอเชียไมเนอร์กับบิธีเนียซึ่งนำพวกเขาไปทางทิศตะวันตก จนกระทั่งพวกเขามาถึงทะเลอีเจียน พวกเขาอยู่ที่เมืองชายทะเลชื่อโตรอัส และ "ในเวลากลางคืน เปาโลได้รับนิมิตเห็นชาวมาซิโดเนียคนหนึ่งยืนอ้อนวอนว่า 'ขอมาช่วยเราในแคว้นมาซิโดเนียด้วย'" (ข้อ 9) ความเชื่อคริสเตียนจะไม่ถูกมองเป็นอีกหนึ่งลัทธิของคนเอเชียอีกต่อไป มันกำลังจะไปสู่ทวีปยุโรป ซึ่งเป็นวัฒนธรรมที่แตกต่างอย่างสิ้นเชิง เป็นโลกใหม่

ตลอดช่วงเวลานั้นพระเจ้าต้องการให้พวกเขาไปแคว้นมาซิโดเนีย แต่พระองค์ไม่เคยบอกพวกเขา จนกระทั่งพวกเขาได้พิสูจน์ให้เห็นความเชื่อและความพากเพียรไม่ลดละ และไม่สามารถก้าวไปไหนได้อีก

เคลื่อนที่ต่อไป นี่เป็นหลักการสำคัญจริง ๆ มีคนมากมายเหลือเกินที่เอาแต่นั่งรอให้ปั้นจั่นสวรรค์อันนั้นมายกพวกเขา พวกเขาบอกว่า "ฉันไม่รู้ว่าพระเจ้าต้องการให้ฉันทำอะไร" พวกเขาจำเป็นต้องเริ่มเคลื่อนที่ เพื่อพระเจ้าจะหมุนพวงมาลัยให้เขาไปสู่งานรับใช้ส่วนที่พระองค์วางแผนไว้ การรู้จักพระประสงค์ของพระเจ้าอาจหมายถึงการเพียรบากบั่นไปตามเส้นทางแคบ ๆ จนกระทั่งคุณเจอทางตัน เมื่อถึงจุดนั้น พระเจ้าจะเปิดประตูที่กว้างมาก ๆ จนคุณมองอ้อมประตูนั้นไปไม่ได้เลย คุณจะได้แต่มองทะลุประตูนั้นไป

เปาโลตอบสนองอย่างไร? เรื่องนี้บันทึกไว้ในพระธรรมกิจการว่า "เมื่อท่านเห็นนิมิตนั้นแล้ว เราจึงหาโอกาสไปยังแคว้นมาซิโดเนียทันที เพราะแน่ใจว่าพระเจ้าทรงเรียกเราไปประกาศข่าวประเสริฐกับชาวแคว้นนั้น" (กิจการ 16:10)

เปาโลตอบสนองทันที และนั่นคือปฏิกิริยาแบบเดียวที่จะเกิดขึ้น เมื่อหัวใจที่พากเพียรไม่ลดละมาเจอกับประตูที่เปิดอยู่

ผมจำได้ว่าตอนผมยังเป็นเด็ก ผมไปที่สวนสนุก และจ่ายเงินยี่สิบห้าเซ็นต์เพื่อจะได้ไปหลงทางอยู่ในเขาวงกตในนั้นเต็มไปด้วยกระจกเงา ที่ว่าง และกระจกใส วิธีเล่นก็คือหาที่ว่างไปเรื่อย ๆ และพยายามหาทางออกจากเขาวงกตนั้น มีเด็กเล็ก ๆ คนหนึ่งยอมแพ้และยืนอยู่ตรงจุดหนึ่ง ร้องไห้หาแม่ แต่ไม่ใช่ผม ผมวิ่งไปเจอกระจกใส และชนกระจกเงา จนกระทั่งผมเจอที่ว่างทีละจุด แล้วก็โผล่ออกมาได้ในอีกสิบห้านาทีหลังจากนั้น

คุณอาจจะชนประตูปิดเยอะแยะ แต่นั่นคือวิธีการที่พระเจ้าบีบให้คุณไปหาประตูของพระองค์ที่เปิดอยู่ ให้คุณทำต่อไป พากเพียรต่อไป

คุณเห็นไหมว่าโดยหลัก ๆ แล้วพระประสงค์ของพระเจ้าไม่ใช่เรื่องสถานที่ พระประสงค์ของพระเจ้าอันดับแรกสุดไม่ใช่ให้คุณไปที่นั่นหรือทำงานที่นี่ แต่พระประสงค์ของพระเจ้าเกี่ยวข้องกับคุณในฐานะบุคคล ถ้าคุณเป็นคนแบบที่คุณควรจะเป็น คุณก็สามารถทำตามความปรารถนาของคุณ และคุณจะทำให้พระประสงค์ของพระองค์สำเร็จ

"ดังนั้น พี่น้องทั้งหลาย โดยเห็นแก่ความเมตตากรุณาของพระเจ้า ข้าพเจ้าจึงวิงวอนท่านทั้งหลายให้ถวายตัวของท่านแด่พระองค์ เพื่อเป็นเครื่องบูชาอันบริสุทธิ์ที่มีชีวิต

และเป็นที่พอพระทัยพระเจ้า ซึ่งเป็นการนมัสการโดยวิญญาณจิตของท่าน อย่าลอกเลียนแบบอย่างคนในยุคนี้ แต่จงรับการเปลี่ยนแปลงจิตใจ แล้วอุปนิสัยของท่านจึงจะเปลี่ยนใหม่ เพื่อท่านจะได้ทราบพระประสงค์ของพระเจ้า จะได้รู้ว่าอะไรดี อะไรเป็นที่ชอบพระทัย และอะไรดียอดเยี่ยม" (โรม 12:1–2)

และไม่ว่าอะไรจะเกิดขึ้นในชีวิตคุณ ให้คุณขอบพระคุณไปตลอดทางเพราะ "นี่แหละเป็นพระประสงค์ของพระเจ้าสำหรับพวกท่านในพระเยซูคริสต์" (1 ธส.5:18) พระองค์กำลังใช้ประสบการณ์ต่าง ๆ ในชีวิตคุณ เพื่อปั้นคุณให้เป็นไปตามพระประสงค์ของพระองค์

เกรซบรรณสาร

พันธกิจ

เกรซบรรณสารเป็นโครงการภายใต้มูลนิธิมหกิจพระคุณของแบ๊บติสต์ในประเทศไทย จัดตั้งขึ้นเพื่ออบรมคริสตจักรไทยเกี่ยวกับวรรณกรรมพระคัมภีร์เชิงปฏิรูปเพื่อถวายพระเกียรติสิริแด่พระเจ้า เราปรารถนาที่จะเป็นผู้นำในการสร้างสรรค์หนังสือวรรณกรรมและแหล่งข้อมูลของหนังสือต่างๆ เพื่อถวายพระเกียรติแด่พระคริสต์และส่งเสริมหลักการของพระคัมภีร์

วิสัยทัศน์

เราปรารถนาชูใจคริสเตียนไทยรายบุคคลเพื่อเติบโตขึ้นในความเชื่อและรู้สึกมีความมั่นใจในการเสวนากับคนอื่นๆ ในเรื่องพระเยซูคริสต์ เราปรารถนาที่จะหนุนใจคนทั่วไปที่กำลังศึกษาหรืออยากศึกษาคริสตศาสนาเป็นครั้งแรกให้สามารถเจาะลึกลงไปข้างในได้ และเราอยากช่วยเหลือผู้คนภายนอกคริสตจักรที่กำลังตั้งคำถามเกี่ยวกับความเชื่อของพวกเขาและเห็นความเชื่อมโยงเกี่ยวกับคริสตศาสนา

เรามุ่งมั่นที่จะแบ่งปันแนวความคิดแบบคริสเตียนที่เป็นนวัตกรรมใหม่เพื่อให้ผู้คนจากทุกภูมิหลังสามารถมีความเข้าใจเกี่ยวกับความเชื่อของคริสเตียนได้

ติดต่อสอบถามข้อมูลเพิ่มเติมได้ที่:

www.GraceBannasan.com

facebook.com/gracebannasan

@gracebannasan

instagram/gracebannasan

The Master's Academy International
www.tmai.org
publishing@tmai.org

www.ingramcontent.com/pod-product-compliance
Lightning Source LLC
LaVergne TN
LVHW050751051026
849532LV00008B/2831
* 9 7 9 8 9 8 5 7 1 6 6 8 9 *